LUNG LINH TÌNH ĐẦU

Thơ: **Phương Tấn**
Bìa: Uyên Nguyên Trần Triết
Tranh: Đỗ Duy Tuấn
Dàn trang: Văn Tuyển Sài Gòn
ISBN: 978-1087899589

Nhân Ảnh
Xuất Bản
2023

Lật trang kinh. Tụng chữ tình
Vạn trang kinh mỗi chữ Mình. Mình ơi!

PHƯƠNG TẤN
TRÒ CHUYỆN CÙNG BẠN

LUNG LINH TÌNH ĐẦU - tập thơ gồm những bài thơ "tình đầu" của tôi, làm từ năm 14 tuổi mãi đến bây giờ. Với tôi, những mối tình đi qua, những cái tên để lại chỉ là một bản sao của một tình yêu tinh khiết. Dù đã yêu hay đang yêu, dù hạnh phúc hay cay đắng, tôi chưa hề hối tiếc mà chỉ thấy ấm áp, đẹp lạ và lung linh trong tâm hồn tôi. Tất cả, vâng tất cả là tình đầu của tôi.

LUNG LINH TÌNH ĐẦU - gồm 68 bài thơ xuyên suốt khi tôi vừa lớn, khi tôi chớm già và cả khi tôi khóc miết, cười miết bên mộ một người tôi yêu lúc đã già. Tất cả, vâng tất cả là tình đầu của tôi.

NHỚ SÂN TRƯỜNG - *Tranh Đỗ Duy Tuấn.*

LUNG LINH TÌNH ĐẦU

Im nghe bàn ghế thầm thì
Nghe trong sách vở li ti là tình

Phấn cười bảng cũng lung linh
Mực vui chữ cũng chia tình cho em.

THƯ XANH

Một vườn chim hót trong thơ
Líu lo líu lít thơm tờ thư xanh

Một tà nắng khép bên cành
Khép trong vạt chữ xanh xanh là tình.

NAI VÀNG

Cô học trò bé tí teo
Có hai bím tóc áo thêu tên trường

E chừng trong guốc đầy hương
Sao nghe chim chóc bên đường xuýt xoa.

LỌ LEM

Này này cô bé lọ lem
Ấy tim anh hé riêng em khẽ vào

Mình căng lều ở trong sao
Vui nghe tình thở rạt rào hơi trăng.

TRƯỚC CỔNG TRƯỜNG

Mỗi cô em một bông hoa
Khoe trăm cánh mộng la đà bóng chim

Mỗi cô em một trái tim
Tình vui hót giữa đồi sim bên đời.

TAN TRƯỜNG

Rào rào chim chóc bay ra
Với lòng em ngậm đầy hoa trong trường

Mực reo theo sách bên đường
Ồ nghe như thể phố phường sang xuân.

NÀNG TIÊN

Anh quỳ lót lụa dưới chân
Lụa thơm đầy gió cho thân là là

Là là cánh én bay ra
Én tha đầy mộng ngậm tà áo xuân.

BÔNG HỒNG

Em cười chúm chím trong hoa
Lòng chen trong lá tình sa trong cành

Em, bông hồng của riêng anh
Của xuân lãng đãng trên nhành thơ ngây.

TRÊN ĐƯỜNG

Đó trăm con mắt theo mình
Ấy ngàn sợi nhớ gửi tình cho em

Tim mình, mình hé cho xem
Kẻo anh gõ lạc bỏ quên chiếc hồn.

LÊO ĐÊO

Lên xe lục cục qua cầu
Ôi anh lẽo đẽo trông rầu rĩ ghê

Nghe trong tiếng guốc đi về
Và trong vành nón xum xuê là tình.

LÃNG MẠN

Cặp kè xe bước bên xe
Rẽ hoa rắc hạt lòng ve vãn lòng

Chỉ hồng trăm sợi nghìn bông
Má hồng bỏ lạc bên sông cũng buồn.

BỎ TRƯỜNG

Em xa, xa lắc xa lơ
Tôi buồn lớp cũng ngẩn ngơ với trường

Tiếng ve sầu rụng bên đường
Hạ chưa hết hạ chuồn chuồn kêu thu.

TRONG GƯƠNG

Chim về lãng đãng dưới khe
Quần hồng phơ phất chỉ xe bên giường

Thương mình thương quá là thương
Có nghe tình động trong gương rập rềnh.

(*) **Lung Linh Tình Đầu** thơ **Phương Tấn**, gồm 13 bài thơ lục bát, mỗi bài 4 câu: *1. Lung Linh Tình Đầu, 2. Thư Xanh, 3. Nai Vàng, 4. Lọ Lem, 5. Trước Cổng Trường, 6. Tan Trường, 7. Nàng Tiên, 8. Bông Hồng, 9. Trên Đường, 10. Lẽo Đẽo, 11. Lãng Mạng, 12. Bỏ Trường, 13. Trong Gương*. Làm trong 4 năm dạy học tại Biên Hòa (1971 - 1974).

NẮNG HỒNG - Tranh Đỗ Duy Tuấn.

ĐỔ VẠ

Con trâu đủng đỉnh kêu buồn
Và còn đổ vạ chuồn chuồn kêu mưa

Thập thò bậu vịn rào thưa
Và còn đổ vạ dạ chưa bén tình!

TRÚC MAI

Bậu cười tí tửng tí ta
Bớ ai cắc cớ ghẹo xa ghẹo gần

Bậu ơi tình nở vàng sân
Nựng em tình ẵm bậu gần trúc mai.

THÚT THÍT

Ôi chao buồn nẫu buồn na
Chiều đi úp bóng xuân pha giọng sầu

Bậu đâu tình hỡi bậu đâu
Cau ngồi thút thít thương trầu héo queo.

CHỎNG CHƠ

Dưng không thành quách lăn quay
Tình kêu thắt ruột nhạn bay dật dờ

Đò đi bến đứng ngẩn ngơ
Bậu đi hồn rớt chỏng chơ bên đời.

(2020)

(*) **Chỏng chơ** thơ **Phương Tấn**, gồm 4 bài thơ lục bát, mỗi bài 4 câu: 1. Đổ Vạ 2. Trúc Mai 3. Thút Thít 4. Chỏng Chơ.

O XUÂN

1.
O cười hay tiếng chim kêu
Lúa reo hay tiếng xuân theo đất về

Trời cầm tà nắng vân vê
O che vành nón xum xuê là tình.

2.
Trăng chếch choáng vịn môi xinh
O lòng ngọt lá, o tình ngọt rau

Môi o ngỡ có quệt trầu
Giàn trầu quệt lấy buồng cau sau nhà.

3.
Tay o xinh ngỡ cành hoa
Cành hoa bầu nở la đà bóng chim

Mỗi ngón chân, một ngón duyên
Trổ ra mười búp sen hiền con con.

4.
Mắt o xinh ngỡ lá non
Ô kìa đôi chú chim con rộn ràng

Dưng nghe trời đất mang mang
Gió thu mỏng mảnh se vàng sợi ghen.

5.
Ôi chao xinh lạ là xinh
Lá che sợi nắng thả tình cho mây

Ồ trong vành nón thơm đầy
Hồn o và cả cỏ cây trong trời.

(1986)

(*) **O Xuân** thơ **Phương Tấn**, Nhạc sĩ **Trần Quang Lộc** phổ nhạc và trình bày.

KHĂN QUÀNG ĐỎ - *Tranh Đỗ Duy Tuấn.*

Ở HUẾ NHỚ PHƯƠNG

Ơi mắt hiền đen mắt buồn dưới phố
Không mắt nào buồn,
               buồn hơn mắt Phương
Phố thả lầu cao phố trắng dị thường
Gió hót véo von cười nghiêng ngửa áo.

Gót lẫn trong sương sầu bay áo não
Trời cũng trầm trầm thơm ngát da Phương
Cánh trắng choai choai phơ phất trong trời
Ơi Phương ơi Phương anh về nhóm lửa.

Xin dấy cho cao hồn reo từng bữa
Để lấy thơ hồng thắp sáng thân Phương
Sương sẽ vàng phai chảy xuống êm đềm
Mắt sẽ hiền vui nằm ve vuốt nắng.

Thơ thắp cho cao soi tay lụa trắng
Phương đứng bên trời chải tóc trong mai
Nắng thả lầu cao nhỏ xuống hai vai
Chim cũng chuyền vui reo đầy vạt áo.

Anh vuốt thân Phương ăn từng hạt bão
Anh ăn sầu em cho hết cô đơn
Yêu Phương của anh bằng nước mắt này
Chăn con chiên anh chăn từng sợi tóc.

Những lúc Phương biếng ăn
                biếng ngủ
                      biếng chơi
                            hay Phương hờn khóc
Anh đấm ngực mình đổ tội cho anh
E Phương gầy thêm mắt có còn xanh
Mắt có còn xanh nằm ve vuốt nắng.

Ơi Huế buổi mai buổi chiều nhớ chi nhớ lạ
Ngại quê mình trời trở lấy ai hôn
Ai bồng Phương anh ngại má phai hồng
Ai khẽ đậu cho mây trời xuống nhạc.

Ớt chi không cay muối chi không mặn
Má lúm đồng tiền bảo chi không thương
Mùa thu quê mình thường mưa không Phương
Sao lệ anh rơi dù chưa kịp khóc.

Sao mây bay bay cho anh tưởng tóc
Sao trời xanh xanh cho nhớ dáng Phương
A, người ngày xưa bảo có thiên đường
Anh e thiên đường nằm trong mắt ngọc
Ngọc những buồn buồn vì Phương hay khóc
Công chúa khóc nhè là Phương của anh!

Phương nghe đó trời thu lên lành lạnh
Lòng cũng vàng theo lá ở trong cây
Vui cũng bay theo gió ở trong ngày
Một chút lệ thêm chút buồn vừa chín.

Nhớ chi lạ biết môi còn mũm mĩm
Cắn ô mai răng là lúa ở trên trời
Tay cầm lược là lụa ở trên mây
Mắt là ngọc ở trong thu vừa trổ.

Buồn chi lạ buồn không ai buồn hộ
Hồn vi vu bay khuất ở trong trăng
Ngậm chút gió chừng có hơi Phương thở
Phương là sương hay sóng vỗ trong anh.

(1962)

(*) **Ở Huế Nhớ Phương** thơ **Phương Tấn**, Nhạc sĩ **Phan Ni Tấn** phổ nhạc, Ca sĩ **Minh Đạt** trình bày.

CƯỜI
NGHIÊNG NGỬA BÓNG

Sao Phương không về cho anh yên ngủ
Trở giấc thương hoài buồn hoài khôn nguôi
Mây trắng bay bay mây trắng ngậm ngùi
Cười lên cho cao cười nghiêng ngửa bóng.

Cười lên cho cao cười sao đủ ấm
Sao Phương không về cho anh ngủ yên
Duyên lạ duyên la đôi má đồng tiền
Nhấp nhỏm nhấp nha sợ ai cướp mất.

Anh lùa trăng sao lùa chim ca hát.
Lùa áo Phương bay lùa môi ngào ngạt
Rồi ngắt đêm sâu cài lên mắt Phương
Cho mắt Phương sầu, sầu xui nhớ anh.

Sao Phương không về cho anh yên ngủ
Mộng mị chập chờn se sắt châu thân
Sao Phương không về còn chi ngại ngần
Tình ngẩn ngơ trôi dập dờn con sóng.

Cười lên cho cao cười nghiêng ngửa bóng
Cười lên cho cao cười sao đủ ấm
Sao Phương không về cho anh ngủ yên.

(Đà Nẵng, 1961)

(*) ***Cười nghiêng ngửa bóng*** *thơ* **Phương Tấn**, *Nhạc sĩ* **Giao Tiên** *phổ nhạc, Ca sĩ* **Đình Hội** *trình bày.*

NGỒI GIỮA RUỘNG NGẮM TRĂNG, NHẮP TRÀ, NHỚ PHƯƠNG

Trăng khẽ đậu lao xao đầu mép lúa
Thu trổ vàng xao xuyến một trời quê
Bìm bịp kêu:
        gánh lúa dắt trâu về
Cây trở gió và đất trời trở giấc.

Lòng xin trải lót đôi bàn chân mật
Tiếng Phương cười rót ngọt cả thơ ngây
Ôi chao thương,
        thương lạ ở nơi nầy
Guốc ai khuất mà hồn ai còn gõ.

Ô hay trăng,
        ta hái trăng đầy giỏ
Mai mốt cho mình làm đèn thắp đêm đêm
Nhưng, dại thức khuya mình sẽ xấu cho xem
Con gái xấu ai cũng chê dễ ghét.

Ngại người xấu e có người sẽ méc
Với Chúa là mình đã bỏ bê nhau
Chúa sẽ rầy la,
         mình chắc không vui
Mây biếng chơi và trời e nhạt nắng.

A, trăng mỏi ngã lưng trên dàn sắn
Khuya đã cao trà đã nguội trong bình
Ta thì say,
    ôi say quá là say
Đòng đòng trổ thơm như mùi con gái.

Ôi ta say,
    say,
       say quá là say
Phương là tiên hay ngọc lạc trong mây
Ta vỗ chén nhắp cho say túy lúy.

Ta vỗ chén nhắp cho say túy lúy.

(1963)

PHƯƠNG ƠI, NHỮNG NGÀY TRỐN HỌC

Đôi môi mạ non nên đôi mắt ướt
Cá vỗ đầy thuyền nên ngực buồm căng
Cây cỏ đùa vui nên tóc xanh mượt
Ai thương ai hoài riết tình lên men.

Biết môi mình còn cay mùi đất đỏ
Đất đỏ đường xưa lồng bóng tre xanh
Đất đỏ đường xưa hai đứa hẹn hò
Anh xin cầm tay cho má mình nóng hổi.

Cho hồn mình bay cho hơi mình thở vội
Anh xin bồng mình vào lòng,
                thương mình mênh mang
Mười ngón tay mình đan vào vai anh nhẹ nhàng
Giọng mình run, run hơn những lần lên bảng.

Người con gái nhỏ ơi anh yêu mình vô hạn
Tà áo ai bay, anh ngỡ áo mình bay
Vành nón ai nghiêng, anh ngỡ nón mình nghiêng
Cho nhớ nhung anh riêng vào trong mắt.

Mai mốt anh đi, e mình sầu đau dằng dặc
Nhỡ má phai hồng anh biết nói mình sao
Nắng quê Phương trông chừng cũng sang màu
Giấc ngủ không yên mình chong đèn nằm khóc.

Con đường đất đỏ
                    chữ thương mình lên về đơn độc
Chắc mình buồn hơn chiều sâu đêm sâu
Mình hết trông lên nhìn xuống chuyến xe đò
Chở anh về chơi trong những ngày trốn học.

Mình thương anh thôi mình đừng khóc
Chúa sẽ rầy anh, mình chắc không vui
Con đường đất đỏ mình lên về đơn độc
Và xa kia... lủi thủi mỗi mình anh.

(1964)

RU PHƯƠNG, PHƯƠNG NGỦ ĐI THÔI

Sáng đi chơi Hội An

Trùng trùng con ruộng bên xe
Áo che dạ lẫn quần che động tình.

Trưa ăn cơm dọc đường

Một xuân tình lạc trong cơm
Đũa so chiếc hẹn chiếc thơm da người.

Chiều ngắm biển Mỹ Khê

Một bông cát trổ trong chân
Hai ghe tí tẹo cặp dần bồn trăng.

*** Đêm ở ngoại ô Đà Nẵng**

Một tà lụa khép trong sương
Hai đồng tiền ngậm bên đường con con.

*** Khuya vỗ về nhau**

Ru Phương, Phương ngủ đi thôi
Còn đêm còn mộng mai rồi rã riêng.

*** Và đời đời hai đứa**

Ô hay lệ nép bên người
Có xin chỉ mỗi giọt cười cũng không.

(Đà Nẵng, 1965)

VĨNH BIỆT TRĂNG, ÔI MỘT NÀNG THỤC NỮ

Một giọt trăng chắt chiu trong kẽ lá
Một giọt sầu thơm lạ ở trong khuya
Ta vỗ bụng khen đời vui chi vui lạ
Cười hủy cười hoài nước mắt đỏ hoe.

Lệ vây ta lửa đuốc lập lòe
Trăng ủ rũ dúi mình trong thân mộ.

Mộ đỏ mộ xanh nhảy chồm lố nhố
Níu kéo thân ta, ca hát véo von
Đêm bay lên xòe đôi mắt đen ngòm
Ta cởi dạ thả giữa bồn trăng huyết.

38 . PHƯƠNG TẤN

Thân chẻ vụn giăng làm hoa diễm tuyệt
Kết hôn này bằng âm điệu sầu ma
Mặc cho trăng màu áo đỏ mượt mà
Hát trăng nghe, trăng kêu buồn chi lạ!

Rồi một mai, ta thắng người man dã
Ăn cả thiên thu gió hú rừng hoang
Thiên hạ nhìn ta mắt mắt kinh hoàng
Vĩnh biệt trăng, ôi một nàng thục nữ.

(Đà Nẵng và cơn bệnh 1961)

NHƯ MỘT SỚM MAI HỒNG

Có thật anh nằm mơ
Hôn lấy đôi nụ hồng
Như một sớm mai hồng
Với nhiều tình nhớ không.

Có thật anh đã quên
Quên nơi cõi đời này
Có một chàng thi sĩ
Quên là mình quạnh hiu.

Có thật anh vừa run
Hôn lấy con mắt buồn
Hôn lấy hạt sương đọng
Buồn như một tình yêu.

Có thật trăm búp hoa
Lót đường lưng em ngã
Có thật nghìn xót xa
Úp nơi trái tim này.

Yêu quá đi chim phụng!
Kêu sao cho nhớ hoài
Sao cho lòng không phai
Sao cho lòng không phai.

Yêu quá đi chim phụng!
Thơ bay và tình cũng
Bay thơm đầy sớm mai
Bay thơm đầy sớm mai.

(Biên Hòa, 1972)

(*) **Như Một Sớm Mai Hồng** thơ **Phương Tấn**, *Nhạc sĩ* **Phan Ni Tấn** *phổ nhạc, Ca sĩ* **Huỳnh Thanh Sang** *trình bày.*

MỘT NGÀY Ở BIỂN NAM Ô VỚI 3 MÈO CON

Gió biển căng đầy jupes
Lao xao cả đất trời
Ba cô mèo tiu tít
Ríu rít chim ơi chim!

Sóng vỗ vập kè đá
Vỗ vào búp chân hồng
Ba cô mèo xinh lạ
Là lá là lá la...

Ba chiếc buồm xi xí
Lao xao cả đất trời
Ba cô mèo bé tí
Chụm lại kêu meo meo.

Những Mai, Hồng và Mỹ
Ôi chao ba cô mèo
Mèo bé ti bé tí
Chụm lại kêu meo meo.

(Đà Nẵng, 1960)

LÒNG VÒNG

Gió thì thở than
Cây thì cười ngất
Mưa như trút mật
Anh bơi vẫn bơi.

Nhà em bên sông
Nước sông cuồn cuộn
Chân tay luống cuống
Anh bơi vẫn bơi.

Ngó qua nhà em
Nhớ bông cúc trắng
Nhớ lần hò hẹn
Anh ngắt tặng em.

Ngó qua nhà em
Nhớ con mèo nhỏ
Nằm ngoan đầu ngõ
Trông chừng người ta.

Ngó qua nhà em
Nhớ gì cũng nhớ
Và anh ngờ ngợ
Mình bơi lòng vòng.

(Đức Hòa, 1986)

THƯƠNG CHI MÀ THƯƠNG QUÁ

Nắng nghiêng nghiêng e ấp
Đường quê nghiêng bóng dừa
Em nghiêng về tôi mãi
Dập dềnh theo bóng trưa.

Có đôi chim tắm nắng
Reo vui cơn gió tình
Thấp thoáng đôi cò trắng
Ngỡ đất trời lung linh.

Ơi cô gái nho nhỏ
Cõng em qua cầu cây
Đôi trâu kề nhau ngó
Nước sông lồng bóng mây.

Tôi hôn một nụ hoa
Hóa ra nụ hôn đầu
Tôi ngắt một cành hoa
Hóa ra trái tim em.

Tôi ngâm thơ khe khẽ
Em thỏ thẻ khen hay
Ngoài kia đôi chim sẻ
Cũng nhỏ nhẹ khen hay.

Gió se sẽ cúi hôn
Thì thào thương luống mạ
Tôi sẽ sẹ cúi hôn
Thương chi mà thương quá!

(Đức Hòa, 1986)

(*) **Thương Chi Mà Thương Quá** thơ **Phương Tấn**; *các Nhạc sĩ* **Phan Ni Tấn, Thanh Sử** *phổ nhạc, Ca sĩ* **Huỳnh Thanh Sang** *trình bày.*

CHỜ ĐẾN THIÊN THU MỘT BÓNG NGƯỜI

Chiều xuống sâu buông tiếng thở dài
Đêm Sài Gòn chạm bóng thu phai
Có cô gái nọ ngồi hong tóc
Ngỡ gió lùa mây xỏa xuống vai.

Sóng cuộn đời sông, sông bạc phếch
Giang hồ xếp vó tự bao năm
Nhớ em mình nhớ thời yêu mệt
Ngóng mãi bên đường bóng biệt tăm.

Ai lỡ đưa người qua bến sông
Hình như bến lạc sóng mênh mông
Sóng xô thuyền mắc bờ nước lạ
Mình, kẻ lạc loài giữa gió đông.

Và như pho tượng bên triền núi
Chờ đến thiên thu một bóng người
Chờ đến xuân già sông rã nhánh
Ô hay, mình cứ tuổi hai mươi.

(Sàigòn, 2017)

(*) **Chờ Đến Thiên Thu Một Bóng Người** thơ **Phương Tấn**, Nhạc sĩ **Giao Tiên** phổ nhạc, Ca sĩ **Mạnh Hùng** trình bày.

MỘT NGÀY LANG THANG Ở SAN FRANCISCO NHỚ KYM

Chân rã miệng đà đắng, vẫn rong chơi như điên, Kym ơi Kym hãy đi, bằng đôi chân Phương bước. Chẳng lẽ Kym lêu bêu, trong cánh rừng ngợp sương, đâu thể nào mãi ngủ, trên đôi chân ngây ngô.

Tội cho Kym của Phương, đi hoài không đến đất, tội cho Kym của Phương, có mỗi thời con gái, qua một thời trống không, có mỗi thời con gái, trùng trùng những xót xa.

Tội cho Kym của Phương, tiếng kêu nào vừa tới, trong cơn mưa não nùng, tiếng kêu nào vừa tới, khóc hoài cũng vậy Kym.

Kym ơi Kym hãy đi, bằng đôi chân Phương bước, xin níu lấy mắt Phương, và ngắt lấy tim Phương, ngậm cho hồng con gái, ngậm cho hồng tuổi Kym.

Kym ơi Kym hãy đi, bằng đôi chân Phương bước.

(San Francisco, 1971)

(*) Thư Kym viết: "Chắc Phương không đau và buồn bằng Kym bây giờ đâu. Đau không tưởng. Đau như bão táp. Máu chảy nhiều hơn nước mắt!"

ÁNH TRĂNG HUYỀN ẢO - *Tranh Đỗ Duy Tuấn.*

BƯỚM HÓT

Lượn lờ đọt lúa giỡn cây
Tre kêu kẽo kẹt vương đầy bến sông

Mây xanh xanh, bướm hồng hồng
Ngọt ngào bướm hót giữa lòng thế gian.

BÓNG DUYÊN

Em cười yểu điệu mà mê
Chừng nghe xuân động bốn bề ra hoa

Ghét ghê o bướm điệu đà
Phất phơ cánh lụa la đà bóng duyên.

VỊN VAI

Sóng chao giữa chốn vô thường
Dưng không cuồn cuộn tình trường trong ta

Một o bươm bướm mặn mà
Vịn vai kẻ lạ khoe tà áo xuân.

TƯƠNG TƯ

Bướm hồng, hồng ngát sớm mai
Bay qua bỏ lại thiên thai giữa đường

Rụng đầy trong gió mùi hương
Hít hà lạ quá ta dường tương tư.

CÕI MỘNG

Có người phụng phịu ghét ghê
Ngẫm nghe bỏ phứt lại mê đến già

O từ cõi mộng bước ra
Gần gần như bướm xa xa như người.

VẪN ĐỢI

Bướm đâu bướm đậu vườn hoang
Cho trầu trổ lá cho vàng buồng cau

Giếng xưa bỗng động tiếng gàu
Người xưa vẫn đợi, chờ nhau tiếng cười.

TIẾNG XƯA

Mộng du trời đất miên man
Cởi dây buộc nắng cho tràn vào đêm

Dư âm vàng rụng bên thềm
Dính trên vai bướm chợt thèm tiếng xưa.

KÊU THU

Bướm đi bướm bỏ lại buồn
Hạ chưa hết hạ chuồn chuồn kêu thu

Thương ai, lòng tạt sương mù
Nhớ ai, dạ đậu mù u mà chờ.

DÂY OAN

Trăng ngồi nhõng nhẽo cùng sao
Bướm tha cọng nắng thả vào dây oan

Tình kêu tích tịch tình tang *
Tình tang tích tịch đôi đàng tương tư.

HƯƠNG QUỲNH

Bướm đậu nhỏ nhẻ thấy thương
Trượng phu mát ruột vấn vương sợi tình

Đất trời như thể lặng thinh
Bóng ai phơ phất hương quỳnh đâu đây.

* Ca dao.

NGUYỆT HOA

Bướm cười, nguýt tận bể dâu
Đất trời quýnh quáng để sầu phôi pha

Để buồn từ dạ tan ra
Để vui nó hót nguyệt hoa rộn ràng.

TƠ VƯƠNG

Bụt chùa, e chắc còn mê
Cái cô bướm nọ duyên ghê lạ thường

Tơ hồng rớt xuống sông Tương
Thôi ta buộc mối tơ vương thấu trời.

DUYÊN TÌNH

Trăng kêu chú cuội rù rì
Cớ đâu ôm gốc cây si tội tình

Bướm cười xinh thiệt là xinh:
Cái duyên nó buộc cái tình, trăng ơi!

MÌNH ƠI!

Ngẩn ngơ từ buổi kia kìa
Thuở trăng khỏa nước cầm nia sàng tình

Thuở bươm bướm hót tỏ tình:
Mình ơi thiếp lỡ thương Mình. Mình thương?

QUẤY TÌNH

Thương ai quẩy sóng sông Đào *
Quẩy tình ngọt sánh rụng vào canh thâu

Cau kia chớ để thiệt trầu
Trầu thương trầu nhớ kêu rầu ruột gan.

TÌNH CAY

Bóng gần rồi lại bóng xa
Trăng như chếch choáng như ngà ngà say

Cuội cười, trời đất lăn quay
Khoan hố khoan hỡi tình cay tình nồng.

* Ca dao: *"Muốn tắm mát thì lên ngọn sông Đào"*.

BẾN KHUYA

Cắm sào ngồi chực thuyền neo
Trăng già rớt bóng chao bèo bến khuya

Tiếng chuông rụng xuống sông kìa
Trầu kia héo cuống cau kia héo buồng.

SẦU TÌNH

Sầu tình, dẫu lấy gàu sòng
Tát thiên thu vẫn không mong cạn sầu

Bóng câu khoe trúc bạc đầu
Khoe mai tàn cánh khoe màu thời gian.

(Orange County, 2016 - Gửi LNghi)

(*) **Ngọt Ngào Bướm Hót Giữa Lòng Thế Gian** gồm 18 bài thơ lục bát, mỗi bài 4 câu: 1. Bướm Hót 2. Bóng Duyên 3. Vịn Vai 4. Tương Tư 5. Cõi Mộng 6. Vẫn Đợi 7. Tiếng Xưa 8. Kêu Thu 9. Dây Oan 10. Hương Quỳnh 11. Nguyệt Hoa 12. Tơ Vương 13. Duyên Tình 14. Mình Ơi 15. Quẩy Tình 16. Tình Cay 17. Bến Khuya 18. Sầu Tình.

(**) **Ngọt Ngào Bướm Hót Giữa Lòng Thế Gian** chia 3 phần. Mỗi phần 6 đoản khúc. Mỗi 6 đoản khúc được Nhạc sĩ **Lam Duy** phổ nhạc mang tên: Bóng Duyên 1, Bóng Duyên 2, Bóng Duyên 3. Ca sĩ **Tâm Thư** trình bày.

MÀU ÁO TÍM - *Tranh Đỗ Duy Tuấn.*

ĐỪNG HỎI SAO TÔI KHÓC

Em đi xa thật xa
Đừng hỏi sao tôi khóc
Sao mài lại lòng mình
Bằng cổ họng thương tâm.

Đừng hỏi sao tôi khóc
Sao soi lại bóng người.
Hãy đi xa thật xa
Đừng hỏi sao tôi khóc.

Thôi ngày cũng đã tan
Và tôi cũng trở dậy
Xòe tay và bắt lấy
Đêm, ơi đêm ơi đêm!

HÃY VUI NHƯ TÌNH ĐẮNG

Gai hồng chích lệ khô
Mưa hoài không bến đỗ
Gai hồng vuốt ngực xanh
Hồn lạnh những không ngờ.

Anh sầu trong mắt lá
Em cười trong cánh gai
Anh sầu trong mắt đá
Em cười trong cánh phai.

Lệ ngậm bóng chim soi
Mắc giữa cành bông máu
Hồn ngậm bóng trăng soi
Mắc giữa cành bông máu
Buồn hoài những mưa mai
Mắc giữa cành bông máu.

Hãy vui như lòng vắng
Bụi phủ qua nhiều năm
Hãy vui như tình đắng
Răng chạm giữa đường răng
Ngỡ hai hàng nến trắng.

Em sầu trong mắt lá
Anh cười trong cánh gai
Em sầu trong mắt đá
Anh cười trong cánh phai.

(Sàigòn - Đà Nẵng, 1965)

(*) **Hãy Vui Như Tình Đắng** thơ **Phương Tấn**, *Nhạc sĩ* **Đynh Trầm Ca** *phổ nhạc, Nhạc sĩ* **Trần Quang Lộc** *trình bày.*

THEO CƠN MƯA GIỮA ĐỜI

Thêm một lần cắn răng
Lại một lần lệ rã
Sao rụng giữa cành trăng
Lệ cười như trút lá.

A, một tên ma bùn
Tiếc chi chút môi hồng
Thương chi người thiếu phụ
Kêu cho người sang sông.

Chiều xa chiều xa mãi
Ta khóc người khóc ta
Đò đi đò đi mãi
Người khóc ta khóc người.

Ta câm như miệng hến
Sá chi quân sầu tình
Ai kêu buồn chi lạ
Buồn lẵng đầy thinh không.

Thôi ngày ba bốn bận
Ta buộc lại lòng mình
Như kẻ nào chuốc rượu
Chuốc mỗi mình khen vui.

Ôi tóc ta đà lẫn
Theo mây trắng bên trời
Và lệ em đà lẫn
Theo cơn mưa giữa đời.

Chiều xa chiều xa mãi
Ta khóc người khóc ta
Đò đi đò đi mãi
Người khóc ta khóc người.

(1972)

CƠN MƯA CHIỀU ÚA RÃ

Mưa rụng đầy bến xe
Lòng rụng đầy tiếng khóc
Đất rụng đầy những sao
Cơn mưa chiều úa rã.

Chim không còn trong răng
Môi không còn chiu chít
Chim không còn trong răng
Cơn mưa chiều úa rã.

Ta khóc người khóc ta
Người khóc ta khóc người
Ta khóc người khóc ta
Cơn mưa chiều úa rã.

Từng giọt từng giọt buồn
Nhỏ xuống lòng nhân gian
Lăn trong đời hiu quạnh
Nhỏ xuống lòng nhân gian
Cơn mưa chiều úa rã.

(Bến xe Biên Hòa, 1972)

LỆ CƯỜI
NHƯ TRÚT LÁ

Sao lưỡi đời đầy dao
Cho mắt ta đầy lệ?

Dao vướng giữa cành hoa
Lệ cười như trút lá
Dao rụng giữa ta bà
Em buồn sao không khóc
Thở dài như cánh mưa.

Dao gọt ta ngọt lạnh
Dao ướp những mật hồng
Lót cành lưng em ngã
Nhiễu hạt máu thơm trong.

Thân em vàng cánh lụa
Thân em vàng ấy sao?
Đời quay dao và múa
Điếng lòng ta. Ôi chao!

(Sàigòn, 1972)

NGƯỜI NÓI CHUYỆN VỚI MỘ BIA

Chút xương da xanh mướt
Liệu người qua nổi sông
Đời buồn sâu bóng trượt
Hồn có mà như không.

Người vớt tuổi con gái
Trôi dạt tít xó đời
Trời trống huơ trống hoắc
Không diệt cũng chẳng sinh.

Gió dường như quíu lưỡi
Mây mỏng phận, bạc đầu
Đời buồn sâu bóng trượt
Hồn có mà như không.

(Texas, 1969. Thư Mỹ viết: "Nhưng dù sao thì cuối cùng cũng vào mấy miếng ván sơn đỏ thôi.")

MỘT TRANG KINH VIẾT LẠI

Và khi anh thụ thai
Sẽ không còn bóng tối
Sẽ không còn tội lỗi
Anh lại càng yêu em.

Và khi anh thụ thai
Em không còn cô độc
Và khi anh biết khóc
Anh lại càng yêu em.

Và khi anh thụ thai
Một trang kinh viết lại
Một nỗi đau nhớ mãi
Anh thật sự yêu em.

(1976 - 1988)

QUẢY GÁNH
LÊN NÚI CHƠI

Bỏ em riêng một thúng
Còn thúng xếp sách xưa
Vứt lược là áo thụng
Quảy gánh lên núi chơi.

Lách ra khỏi xó đời
Quảy gánh lên núi chơi
Thả bằng hết bong bóng
Bay bằng hết trong trời.

Ngại đời xa lắm bụi
Ta phủi sạch tâm mình
Ngại bèo mây bám đuổi
Lòng ủ đầy tiếng kinh.

Em níu lòng cho chắc
Lúc lách qua xó đời
Ta giữ lòng đà chặt
Quảy gánh lên núi chơi.

(2022)

BÓNG MÌNH
HIU HẮT
BÊN TÔI

Em khắc tình tôi lên cát
Gió ơi sao gió cuốn đi
Phất phơ như là tiếng hát
Hiu hiu một nỗi sầu bi.

Tôi khắc tình em lên đá
Trăng già héo trổ rêu phong
Đời xô thấy chi cũng lạ
Lụy đò hồ dễ qua sông.

Tắt đèn trắng canh bó gối
Soi lòng chỉ thấy mình thôi
Ngoài kia trăng rụng có mỗi
Bóng mình hiu hắt bên tôi.

(Sàigòn, 1996)

UỐNG RƯỢU
NÓI SÀM

Đừng. Đừng. Người đừng đến
Hà tất phải nhọc tâm
Dẫu tóc ta bạc phếch
Lấm lem những bụi tình.

Trả tình bằng nước mắt
Ta uống rượu nói sàm
Chắc người không nỡ chấp
Tình gần mà xa xăm.

Thôi dễ gì hạp ý
Tình rơi dạt ngoài sông
Theo biển đời mênh mông
Vướng nơi thân khổ lụy.

Gió thì say túy lúy
Trời đất thì lăn quay
Trăng sao thì ma mị
Gió say. Kệ gió say!

(Biên Hòa, 1972)

MỘT VÌ SAO

Rụng một vì sao
Bầu trời tối mịt
Trong lòng chi chít
Một nỗi thương đau.

Một vì sao rụng
Thuyền xa bến xa
Ngó đời đi qua
Trên mớ râu bạc.

Rụng một vì sao
Chập chùng bên núi
Cheo leo bên suối
Mình xa thật xa.

Một vì sao rụng
Rụng một vì sao
Còn một nỗi đau
Bên đời hiu quạnh.

Rụng một vì sao
Hư vô chợt sáng
Hồn em lãng đãng
Theo về bên ta.

(Long Khánh, LNghi mất 1983)

BÊN DÒNG SÔNG CHIÊM BAO

Nàng hẹn nàng không đến
Bầu trời thắp cơn giông
Chim bay chim bay mỏi
Tia chớp nhòe bến sông.

Mái chèo khua lặng lẽ
Người lái đò đăm chiêu
Chiều lên chiều lên khẽ
Tiếng mưa buồn buồn thiu.

Một người ngồi vẫn ngồi
Mưa thì vẫn mưa thôi
Nàng hẹn nàng không đến
Con đò xuôi lẻ đôi.

Chim buồn chim không hót
Sông buồn sông xanh xao
Tình buồn tình thêm ngọt
Và như là chiêm bao.

(Điện Nam, 08/7/1983, LNghi mất)

(*) **Bên Dòng Sông Chiêm Bao** *thơ* **Phương Tấn**, *Nhạc sĩ* **Đynh Trầm Ca** *phổ nhạc, Ca sĩ* **Đức Minh** *trình bày.*

BUỒN
NHƯ TRĂNG
NHỚ AI

Đò chờn vờn xa bến
Như ai chia tay ai
Bóng trăng khuya hiu hắt
Buồn như trăng nhớ ai.

Hai hàng cây ve vẩy
Ai giã từ ai đây
Con phố rêu đứng đấy
Buồn như phố đợi ai.

Tôi cứ như cỏ khô
Em cứ như ngọn lửa
Cháy theo dòng gió ngược
Thổi từ thuở yêu em.

Em là con chim trời
Vút bay vào cõi phúc
Tôi con chim côi cút
Bay ngẩn ngơ bên đời.

(Sàigòn, 1983 - LNghi mất)

(*) **Buồn Như Trăng Nhớ Ai** thơ **Phương Tấn**, các Nhạc sĩ **Phan Ni Tấn, Lam Duy** phổ nhạc, các Ca sĩ **Bích Tuyền, Lâm Dung, Ngọc Quỳnh, Tâm Thư** trình bày.

ĐÙA GIỮA VƯỜN U MINH

Trăng lu nến cũng hết
Ta lại giỡn một mình
Như kẻ nào chơi thuyền
Vớt nước rót đầy khoang.

Ta giỡn kệ ta giỡn
Bẻ gãy cả đất trời
Như kẻ nào giăng lưới
Bắt cá tận non cao.

Tiếc chi mà tư lự
Sá chi chút sầu tình
Kể chi đời cô lữ
Đùa giữa vườn u minh.

Tiếng em từ đáy mộ
Vọng thơm cõi vãng sinh.

(Sàigòn - Vĩnh Nghiêm, LNghi mất 1983)

NGƯỜI NGÀY XỬA NGÀY XƯA

A, mình ta đối ẩm
Tình ơi ngộ quá đi
Sầu khua và lệ đẫm
Não nề cõi biệt ly.

Đời có chi lạ lẫm
Chia ly và từ khi...
Ta ngồi bên mộ huyệt
Thương tình xửa tình xưa.

Có con nhạn kêu miết
Khóc người xửa người xưa.
Rồi con nhạn cười miết
Chết mù bên mộ xưa!

(2019)

NGÀY HẸN NHAU NGÀY VĨNH BIỆT

Bay lên
    bay lên
        bay lên

Với em
    hồn thoắt
        bay lên
            vút trời.

Lệ rơi
    lệ rơi
        lệ rơi

Với em
    xác thả
        rong chơi
            cõi trần.

Chia thân
       chia thân
              chia thân

Vói em
     xin chút
         mộ phần
             làm vui.

(1983, LNghi mắt)

NGÀY VĨNH BIỆT NGÀY HẸN NHAU

Thôi rồi
    bỏ tuổi
        hai mươi

Dưng nghe
    huyệt lạnh
        nỗi cười
           lạnh căm.

Thôi rồi
    tận cõi
        xa xăm

Thương hồn
    nhớ phách
        biệt tăm.
            Vô thường!

(1983, LNghi mất)

NGÓ TÂM,
THẤY PHẬT
CHẮT CHIU CỘI TÌNH

1.
Hổm rày chim chóc ì xèo
Ổng a ỏng ẹo mè nheo đất trời

Chim thưa, chim đẹp nhất đời
Chèn ơi, Mình đẹp ngời ngời hơn chim.

2.
Mình thương, thương thiệt à nha
Dạ trao bên bến, ruột rà ngu ngơ

Chùm hum làm triệu câu thơ
Vẫn không làm nổi câu thơ thương Mình.

3.
Cỏ cây nũng nịu nũng na
Và mây ỏn ẻn mượt mà bóng duyên

Thấy nhãn lồng, nhớ chim quyên *
Lia thia nhớ chậu, nhân duyên... nhớ Mình.

4.
Nhớ Mình, nhớ lá trầu cay
Cay cay lại nhớ cau kia... nhớ trầu

Nhớ trầu, cau có khóc đâu
Mà sao ướt cả canh thâu với tình.

5.
Tang tình tang tính tình tang **
Thuyền chung. Phận mỏng. Đôi đàng bụi tro

Thương ai, vạc đứng buồn xo
Nhớ ai, bìm bịp co ro kêu chiều.

6.
Lên chùa, tượng Phật buồn thiu
Ngó tâm, thấy Phật chắt chiu cội tình

Cội tình mọc cõi vãng sinh
Khuya khuya giỡn bóng ghẹo hình. Mình ơi!

(2020)

* Ca dao: "Chim quyên ăn trái nhãn lồng/ Lia thia quen chậu vợ chồng quen hơi".
** Ca dao.

LẬT TRANG KINH.
TỤNG CHỮ TÌNH

1.
Tung tăng gió giỡn cùng mây
Chao ôi, nắng trải thơm đầy dạ ai!

Í a, bậu quýnh quên cài...
Để thương lồ lộ. Mối mai thập thò.

2.
Qua đây cũng có quạt mo *
Bậu cười xin đổi ba bò chín trâu

Qua rằng qua chẳng lấy trâu
Bậu ơi lấy bậu tình sâu là tình!

3.
Dưng không, núi đứng chết trân
Còn sông khóc mướt. Cõi trần ngộ ghê!

Bậu ơi, hết bậu ngồi kề
Thơ qua đắng ngắt. Đi. Về. Lạnh tanh.

4.

Im nghe cây cỏ càu nhàu
Chim uyên chắc lưỡi dàu dàu bóng xuân **

Cớ chi đậu nhánh trầm luân
Bậu kêu dáo dác tình quân điếng lòng.

5.

Lật trang kinh. Tụng chữ tình
Vạn trang kinh mỗi chữ Mình. Mình ơi!

Bậu đi bỏ bóng bỏ đời
Bỏ qua hiu quạnh bỏ trời quạnh hiu.

6.

Núi cao. Cao tít, tít xa
Tịnh không. Đá nở nụ hoa bồ đề

Lành thay! Bụi phủ sông mê
Ô hay thuyền ngộ. Bốn bề là không.

(2021)

* Ca dao: "Thằng Bờm có cái quạt mo/ Phú ông xin đổi ba bò, chín trâu/ Bờm rằng: Bờm chẳng lấy trâu..."
** Chim uyên (chim uyên ương).

CHUYỆN ĐỜI XƯA, CÔ TIÊN VÀ CHÀNG THI SĨ

1.
Tròng trành nhớ nhớ thương thương
Sông dường hí hửng sóng dường hí ha
Cười cười lí lắc lí la
Nắng sà nhặt lấy nụ hoa cựa mình...

2.
Ô hay nụ đã ra hoa
Trà mi đã trổ mặn mà thuyền quyên
Nghe đâu có một cô tiên
Vịn vai thi sĩ, dịu hiền bước ra.

3.
Tơ hồng xe thuở nguyệt hoa
Xe đi xe lại bao la là tình
Cỏ cây quẫy nắng lung linh
Thương chi thương lạ ơi tình, tình ơi!

4.
Tiếng chim chật cả khoang đò
Líu lo líu lít hôm đò sang sông
Có ai đốt rạ vườn hồng
Mà thơm mùi lúa mà hong ngọn tình.

5.
Ngọn tình chàng cõng về dinh
Mình thêm mình nữa, hai mình một đôi
Cau tươi trầu quế quệt vôi
Têm mai têm trúc thắm môi đỏ lòng *

6.

Dưng không. Trời trút cơn giông
Bão đâu úp xuống rối bòng một đôi
Nát lòng. Xẻ bóng. Lẻ đôi
Bóng kêu u uẩn, một tôi giữa đời.

7.

Khoắt khuya trải dạ ra phơi
Ngọn tình ướt lệ thương thời phu thê
Đêm nhàu bỏ lạc sao khuê
Ngó trời trông đất cõi về nhẹ tênh!

(2022)

* Giống tre làm mai mối theo điển tích trong sách "Lưỡng ban thu vũ am tùy bút" mọc trên bờ đầm gọi là "Mai trúc".

TUỔI Ô MAI - Tranh *Đỗ Duy Tuấn*.

HUẾ CỦA PHƯƠNG, MỘT PHƯƠNG TÌNH VIỄN MỘNG

* Nhà thơ LÊ VĂN TRUNG

Để nói về một con người - một con người mà đấng quyền năng đã tạo dựng nên - một cách đầy đủ và trọn vẹn, trung thực và chân thành, thật không dễ! Lại càng không dễ khi con người đó lại mang một sứ mệnh mà không phải bất cứ ai trên cõi đời này được chọn lựa và trao gởi. Người đó là thi sĩ, là nghệ sĩ. Cho dù họ mang một sứ mệnh thiêng liêng là khám phá và tuyên xưng cái đẹp, nuôi dưỡng và phát huy nhân văn nhân bản, sáng tạo và rao truyền nghệ thuật. Họ có thể là người không hoàn hảo về thể chất nhưng lại toàn bích về tinh thần.

Xin thưa! Đó chính là những thi sĩ - những

con người vượt không gian và thời gian. Không gian của họ là một tổ quốc chung không biên giới, thời gian của họ là quá khứ trong hiện tại và hiện tại trong tương lai.

Để nói về họ đầy đủ thật không dễ gì.

Cho nên, trong bài viết ngắn này, tôi xin chỉ nói về một mảng màu như trong một bức tranh đa sắc màu: *Một Phương Trời Viễn Mộng Tình Yêu Trong Thơ Phương Tấn.*

Chúng ta nhắc lại đôi nét đời thực về thi sĩ Phương Tấn.

Chàng trai **trẻ** thi sĩ Phương Tấn Nguyễn Tấn Phương nguyên quán thành phố cảng tuyệt đẹp Đà Nẵng. Anh có niềm đam mê văn chương rất mãnh liệt và tài năng phát tiết rất sớm. Cộng vào đó là tình yêu quê hương dân tộc trong anh cũng vô cùng mãnh liệt.

Vào khoảng thập niên 60, chàng trai trẻ Phương Tấn đã có những việc làm đáng trân trọng và ngưỡng mộ. Về mặt xã hội, anh đã thành lập một nhóm thiện nguyện gồm anh chị em cùng trang lứa. Anh em của anh đã tự đi bán sách báo để lấy tiền mua gạo, thực phẩm, áo quần... cứu trợ đồng bào nghèo, hay sau này anh cho xuất bản, tái bản tập bút ký *"Hòa Bình Ta Mơ Thấy Em"* của anh để lấy tiền cấp học bổng toàn niên Trung học cho học sinh nghèo hiếu học, cứu giúp đồng bào cùng khổ trong các trại tị nạn và thực hiện nhiều công tác xã hội. Tuổi trẻ bấy giờ thật lý tưởng.

Anh bước vào khu vườn văn chương rất sớm, cái thời còn là một học sinh trung học tại một ngôi trường danh tiếng ở Đà Nẵng. Trường Phan Chu Trinh. Sự nghiệp văn chương, báo chí của anh khá đồ sộ và có một chiều dài bằng cả cuộc đời anh. Tôi ấn tượng nhất về anh là đã quy tụ được một số anh em văn nghệ rất trẻ in ấn và xuất bản một số tạp chí có giá trị như *Sau Lưng Các Người, Cùng Khổ, Ngôn Ngữ* cùng các thi tuyển *Rừng, Vỡ...* đặc biệt là những bài thơ trong tập thơ *"Di Bút Của Một Người Con Gái"* ký bút hiệu Thái Thị Yến Phương trong thân phận một cô gái làm điếm đã gây tiếng vang lớn trong làng báo làng văn lúc anh chỉ vừa 14, 15 tuổi. Anh là con chim đầu đàn trong nhóm anh em văn nghệ Đà Nẵng lúc bấy giờ. Anh đã tham gia viết cho hầu hết các báo ở miền Nam trước 1975, từ nhật báo, tuần san đến nguyệt san...

Thơ Phương Tấn xoay quanh hai chủ đề Tình Yêu và QuêHương.

***

Thơ là tiếng gọi vọng từ thiên cổ, băng qua thảo nguyên đồi núi đồng bằng đời người, băng qua chập chùng dâu biển tang thương, xiển dương niềm hạnh phúc và cả nỗi khổ đau, để hóa giải thành một dòng nhân sinh dù qua muôn vàn bất trắc vẫn tụ về trong biển chân thiện mỹ. Và tình yêu trong thơ là một mặc định cho chân lý vĩnh hằng đó.

Với anh, Phương là một bài thơ. Phương là nỗi khát khao cháy bỏng của thơ. Phương là một khung trời viễn mộng. Phương là nỗi buồn và niềm vui đẹp như đóa hoa vừa nở vừa đón chờ tàn phai.

"Không mắt nào buồn
Buồn hơn mắt Phương"

Phương là hương là nhụy là sắc màu trên một

bức tranh có cả bình minh và hoàng hôn.

"Gót lẫn trong sương sầu bay áo não
Trời cũng trầm trầm thơm ngát da Phương"

Phương là da là thịt đất trời. Phương là sương là tuyết, là nỗi nóng chảy lửa chiều, là băng giá lạnh căm của ước mơ mộng ảo mà nghe: *"Hồn reo từng bữa"* và *"Để lấy Thơ hồng thắp sáng thân Phương"*.

Phương là lụa trắng, là ngọc ngà, là chim ca, là lá reo, là *"nắng xuống vai gầy"*.

Tình yêu trong thơ Phương Tấn là sóng vỗ miên man dội vào muôn trăng biển cát. Cát là Phương, bờ bãi là Phương. Tình yêu trong thơ Phương Tấn biến tấu muôn ngàn giai điệu. Khi trầm lắng, khi dữ dội, lúc u buồn, lúc tươi vui. Đủ biết tâm hồn của thi nhân mênh mông lãng mạn đến vô cùng.

"Yêu Phương của anh bằng nước mắt này
Chăn con chiên anh chăn từng sợi tóc."

Như mục tử chăn đám chiên lành.

Với anh, Huế của Phương là một Phương

tình viễn mộng. Phương của anh là một nhành liễu. Phương của anh là đóa sen hồng. Phương của anh là một nàng tôn nữ. Phương của anh là mấy cửa nội thành, là *"Áo em trắng quá nhìn không ra (HMT)"*. Phương của anh là Đông Ba Gia Hội, là bến Ngự Phủ Cam, là Đồng Khánh Thương Bạc...

"Ôi Huế buổi mai buổi chiều nhớ chi nhớ lạ
Má lúm đồng tiền bảo chi không thương"

Nỗi buồn tình yêu trong thơ Phương Tấn đẹp đến se lòng. Cảm xúc của anh bén nhạy quá:

"Sao lệ anh rơi dù chưa kịp khóc
Sao mây bay bay cho anh tưởng tóc"

Nỗi buồn trong thơ tình Phương Tấn là một nỗi buồn đẹp, đẹp ví như đóa hoa nở giữa mùa thu:

"Phương nghe đó trời thu lên lành lạnh
Lòng cũng vàng theo lá ở trong cây
Vui cũng bay theo gió ở trong ngày
Một chút lệ, thêm chút buồn vừa chin."

"Chút buồn vừa chín" là một tín hiệu của mối

tình đạt đến ngưỡng cửa tuyệt đối: Đó là hạnh phúc của một nỗi buồn.

"Buồn chị lạ, buồn không ai buồn hộ"

Là lời kêu cầu khát khao tuyệt đích trong tình yêu.

Xin cảm ơn anh, thi sĩ Phương Tấn.
Cảm ơn bài thơ *"Ở Huế Nhớ Phương"*.

Lê Văn Trung
(Quê nhà, 25/6/2022)

(*) **Nhà thơ Lê Văn Trung** tác giả các thi phẩm: Cát Bụi Phận Người (2006), Bi Khúc (2010), Thu Hoang Đường (2018)...

CÓ MỘT CHÀNG THI SĨ QUÊN LÀ MÌNH QUẠNH HIU

* Nhà thơ TÔN NỮ THU DUNG

Chiều xuống sâu buông tiếng thở dài
Đêm Sài Gòn chạm bóng thu phai
Có cô gái nọ ngồi hong tóc
Ngỡ gió lùa mây xõa xuống vai.

Sóng cuộn đời sông, sông bạc phếch
Giang hồ xếp vó tự bao năm
Nhớ em mình nhớ thời yêu mệt
Ngóng mãi bên đường bóng biệt tăm.

Ai lỡ đưa người qua bến sông
Hình như bến lạc sóng mênh mông
Sóng xô thuyền mắc bờ nước lạ
Mình, kẻ lạc loài giữa gió đông.

Và như pho tượng bên triền núi
Chờ đến thiên thu một bóng người
Chờ đến xuân già sông rã nhánh
Ô hay, mình cứ tuổi hai mươi.

(Chờ đến thiên thu một bóng người)

Nói về thơ người khác bằng tâm cảm của mình rất nhiều khi lạc nhịp... nhưng từ trong vô thức, Tình-Yêu, nhất là tình yêu trong thơ luôn mang lại cho người cảm thụ một niềm bâng khuâng khó tả...

Đời sống vẫn có những khoảng lặng cần thiết để chúng ta yêu thương ấp ủ nhớ về, một dấu ấn không thể nào quên lãng... Với nhà thơ Phương Tấn đó là một mối tình đầu thanh khiết và lung linh để mãi mãi những mối tình sau luôn là một bản sao lóng lánh, một ánh lửa sáng, đẹp, lạ, buồn.

Tập thơ *"Lung Linh Tình Đầu"* được lựa chọn từ những bài viết từ năm 14 tuổi đến bây giờ... Một quãng đường quá dài đắm đuối với thơ.

Tôi "gặp" anh Phương Tấn từ những ngày ngập ngừng bước chân vào ngưỡng cửa văn chương từ bán nguyệt san Tuổi Hoa và tuần báo Tuổi Ngọc... khi tôi học lớp chín lớp mười thì anh Phương Tấn đã là một ông thầy dạy học đâu đó ở Biên Hòa, một ông lính không Quân hào hoa phong nhã, một sư phụ võ nghệ cao cường và là một nhà thơ nổi tiếng!

Có một ngày đọc trên mục "Nhìn Xuống Cuộc Đời" do anh Từ Kế Tường điểm tin trên tuần báo Tuổi Ngọc, biết được những việc anh Phương Tấn đã làm cho quê hương bỗng vô cùng yêu quý và cảm kích một tấm lòng nhân hậu.

Rất lâu sau, gặp anh ở Mỹ, mời anh cộng tác với tờ Tương Tri, một tờ báo hậu bối của Tuổi Ngọc ngày xưa... Vật đổi sao dời, nhưng riêng tôi, đối với anh, niềm cảm kích và yêu quý đó vẫn nguyên như thời cũ...

Nhiều người hỏi: *Anh Phương Tấn có phải là nhân vật chính trong truyện ngắn "Thế Phục Hổ" của tôi?* Thưa không, nhưng có thể từ tiềm thức, tôi vẫn viết và hay nhập chung những tính cách của những người mình yêu mến thành một nhân vật hư cấu mà vô cùng chân thực trong đời!

Tôi không muốn ca ngợi gì về tài năng đức

phương tấn
làm việc nghĩa

Trong một buổi lễ có mặt quý vị Hiệu trưởng các trường Trung Học Biên Hòa, quý vị phụ huynh và thân hữu nhà thơ Phương Tấn đã trao 40 học bổng toàn niên trung học từ lớp 6 đến lớp 12 niên khóa 1974 – 1975 đến 40 em học sinh con em của Quân Công thuộc 4 đơn vị Không quân được ghi nhận nghèo khổ và ưu tú vào lúc 9 giờ ngày 11-12-1974 tại câu lạc bộ Bửu Long thuộc BCH-KTTV-KQ. Tưởng cũng cần nhắc, trước đây hai năm với số tiền lời 328.670 đồng ở tập bút ký, anh Phương Tấn đã dành tặng 234 gia đình nạn nhân chiến cuộc miền Trung và 18 học bổng toàn niên trung học 1973 — 1974 cho con em Quân Công nghèo khổ thuộc BCH-KTTV-KQ. Năm nay, với số tiền lời 366.500 đồng ở tập truyện « Hòa bình ta mơ thấy em », anh Phương Tấn đã trích ra 250 ngàn để trao tặng 40 học bổng đến 4 đơn vị KQ. Số tiền lời còn lại anh giữ làm quỹ để tiếp tới việc mua đất canh tác và lập làng cô nhi « Thương Yêu ». Giữa một xã hội nhiễu nhương và đen tối hiện nay, việc làm âm thầm nhưng tích cực và thiết thực của nhà thơ Phương Tấn đã và đang mang lại một niềm an ủi lớn lao cho lớp người cùng khổ và là một ngọn lửa thương yêu sưởi ấm tình người. TỬ KẺ

TỦ SÁCH BẠN NGỌC ĐÃ PHÁT HÀNH KHẮP NƠI :

MỘT CHÚT MƯA THƠM

TRUYỆN DÀI CỦA MƯỜNG MÁN
340 TRANG, GIÁ BÁN 1.150 ĐỒNG

như một sớm mai hồng

nguyễn tấn phương

(cho h. thương thương biên hòa)

anh về thả nhện làm quen
và chèo thuyền thúng cầu tràng
                            gởi mình
để mình che má cho xinh
cho anh rộn trí rộn linh như ai...

a vừa bắt được ông sao
trong khuya lén lén thả vào mắt
                            em
thương thương đẹp lạ cho xem
cho anh rối dạ bỏ quên chiếc hồn

chiếc hồn se ngửa se nghiêng
se ra chút nụ chút duyên cho
                            mình
sớm mai cuối xóm đầu đình
ôi chao khen lấy một mình thương
                            thương

hằng trăm con bướm vườn hồng
hằng ngàn con nhớ như tầm ăn lên
một con lòng đạt lênh đênh
trong đôi má lúm đồng tiền thương
                            thương...

độ hay phân tích rằng thơ anh hay chỗ nọ chỗ kia, ý tứ thâm thúy sâu sắc, ngôn từ bóng bẩy lưu loát như nước chảy hoa trôi chỗ này chỗ khác... (vì nhiều người đã viết). Tôi không hề là một nhà phê bình chân chính, tôi chỉ cảm nhận về anh bằng tư cách của một độc giả đơn thuần.

Đọc Phương Tấn, tôi liên tưởng đến The Gardener của Tagore Rabindranath:

... xin đừng bắt tôi dấn thân vào cuộc chiến chinh nào khác nữa, chỉ xin cho tôi làm kẻ chăm sóc vườn hoa... tôi sẽ hầu hạ người trong những ngày rãnh rỗi... tôi sẽ giữ gìn cho lối đi rậm cỏ xanh tươi, nơi buổi sáng chân người dạo bước... Tôi sẽ ru người trên những chiếc đu giữa những tàn cây râm mát, ở đó trăng non của chiều tà sẽ hôn vào áo người... và chỉ xin được phép nâng bàn tay nhỏ nhắn của người và quấn vào cổ tay những đóa hoa nho nhỏ... chỉ xin nhuộm gót chân người bằng chất son rồi thổi đi những hạt bụi ngẫu nhiên còn sót lại...

Những bài thơ là cả một Tâm Tình Hiến Dâng cho một người mơ hồ nào đó, có thể là Cô Bé Lọ Lem của ngày thơ tình thơ *của xuân lãng* đãng trên nhành thơ ngây... Cô học trò bé nhỏ *có hai bím tóc áo thêu tên trường...* Nàng thục nữ đã làm nhà thơ điên đảo *ăn cả thiên thu gió hú rừng hoang...* Và Phương:

Sao em không về cho anh yên ngủ/ sao em không về cho anh ngủ yên... Ơi mắt hiền đen mắt buồn dưới phố/Không mắt nào buồn, buồn hơn mắt Phương... Phương đứng bên trời chải tóc trong mai... để suốt đời Phương là sương hay sóng vỗ trong anh?

Nỗi buồn của sinh ly
Nỗi đau của tử biệt...

Cũng chỉ là một cách ngăn hữu hạn để thi sĩ mãi vẫn còn nghe... *tiếng em từ đáy mộ, đùa giữa vườn u minh...*

... Chiều xa chiều xa mãi
Ta khóc người khóc ta
Đò đi dò đi mãi
Người khóc ta khóc người...

Và thi sĩ, muôn đời sống trong cảm giác *Gai hồng vuốt ngực xanh.* Và chúng ta, có thể nào không biết rằng nơi cõi đời này đã...

*... Có một chàng thi sĩ
Quên là mình quạnh hiu...*

Tôn Nữ Thu Dung
(Tháng 8/2020)

(*) **Nhà thơ Tôn Nữ Thu Dung** là tên khai sinh, các bút hiệu khác: Nguyễn Phước Tiểu Di và Trần Thụ Duy. Trước 1975 viết cho Tuổi Hoa, Tuổi Ngọc và các báo Thiếu Nhi.
(*) Viết văn làm thơ. Phụ trách trang tuongtri.com và nhà xuất bản Tương Tri.
(*) Tác phẩm đã xuất bản:
    - Các tập thơ: Kỷ Niệm, Nhật Ký, Tiểu Khúc.
    - Các tập truyện ngắn: Hướng Dương Giấu Mặt, Thiên Thần Không Mang Đôi Cánh.
    - Các tập truyện vừa: Ngày Tháng Nào, Mùi Bánh Kem, Thủy Tinh Tan Vỡ.

LUNG LINH TÌNH ĐẦU - MỘT BỨC TRANH THỦY MẠC

*** Nhà văn, Ca sĩ TỪ DUNG**

Theo tôi. Thơ Phương Tấn dường như đã có sẵn nhạc trong thơ, nên một số bài thơ phổ nhạc chỉ là thêm thắt cho thơ của anh.

Cả một thời thơ ấu đầy hoa và bướm "lung linh" hiện ra trong ý thơ của Phương Tấn. Tôi sống lại những thẹn thùng, e ấp của thời thanh xuân và tình yêu đầu đời. Những lãng mạn bâng khuâng của "mộng ban đầu..." như một nụ hoa vừa chớm nở.

Không thời gian nào đẹp bằng thời gian cắp sách tới trường - tâm hồn vô tư, trong sáng, chưa vẩn bụi đời. Khi tóc ta còn xanh, khi mắt ta còn trong, chưa bị soi mòn, nhuộm xám bởi những đau buồn của năm tháng, khi ta còn:

*"Tim mình, mình hé cho xem
Kẻo anh gõ lạc bỏ quên chiếc hồn."*

Khi tình yêu chưa dám ngỏ lời yêu, chỉ dám đưa tình qua khóe mắt. Khi yêu mà còn run sợ lắm, sợ "đối tượng" coi thường, vứt bỏ tình yêu của mình:

*"Thập thò bậu vịn rào thưa
Và còn đổ vạ dạ chưa bén tình."*

Khi yêu mà chỉ có can đảm đối diện với con sóng dạt dào trong tim của tuổi trẻ, sự bồng bột đam mê thảng thốt cất lời:

*"Thương mình thương quá là thương
Có nghe tình động trong gương rập rềnh."*

Khi yêu mà tình yêu nở hoa, niềm vui liền vỡ òa:

*"Bậu cười tí tửng tí ta
Bớ ai cắc cớ ghẹo xa ghẹo gần."*

Rồi tình lại dằn vặt khi người yêu làm ta

khổ:

*"Bậu đâu tình hỡi bậu đâu
Cau ngồi thút thít thương trầu héo queo."*

Rồi khi tình xa, người vắng thì trăm đau ngàn đớn:

*"Đò đi bến đứng ngẩn ngơ
Bậu đi hồn rớt chỏng chơ bên đời."*

Thơ Phương Tấn bao trùm cả thời gian và không gian. Tình yêu là một yếu tố màu nhiệm làm mình trẻ lại, trẻ mãi mặc dù tóc đã ngả màu.

Chúng ta ai lúc còn đi học mà không trốn học đi chơi. Tôi cũng không ngoại lệ, học Trưng Vương đệ nhị mà trốn học sang Sở Thú, nhưng chỉ khắc vào vỏ cây với bạn gái vì chưa có bạn trai, nhưng cũng hiểu:

*"Mình hết trông lên nhìn xuống chuyến xe đò
Chở anh về chơi trong những ngày trốn học."*

Sao mà vẻ đẹp "siêu thực" được như thơ anh tả. Ảo ảnh lung linh trộn lẫn với thực tại đem đến cảm giác mộng mà thực, hư mà thực rất liêu trai:

"Tôi hôn một nụ hoa
Hóa ra nụ hôn đầu
Tôi ngắt một cành hoa
Hóa ra trái tim em."

Bài thơ *"Hãy vui như tình đắng"* do nhạc sĩ Đynh Trầm ca phổ thành ca khúc, nhạc sĩ Trần Quang Lộc trình bày, thơ quyện với nốt nhạc, nghe lãng đãng như những giọt mưa rơi trong cơn mơ:

"Anh sầu trong mắt lá
Em cười trong cánh gai
Anh sầu trong mắt đá
Em cười trong cánh phai."

Và "mưa" trong thơ Phương Tấn rất quạnh hiu, buồn bã:

"Từng giọt từng giọt buồn
Nhỏ xuống lòng nhân gian
Lăn trong đời hiu quạnh
Nhỏ xuống lòng nhân gian
Cơn mưa chiều úa vỡ.

Rồi cuối cùng, tận kết của cuộc đời, là lời nhỏ to cùng bia mộ:

Xớ rớ giữa xó đời
Nhỏ to cùng mộ bia
Lòng khua cho động ván
Chắc chi người được vui.

Vì sao kia đã rơi rụng, chấm hết một kiếp người truân chuyên, bạc bẽo:

Một vì sao rụng
Rụng một vì sao
Còn một nỗi đau
Bên đời hiu quạnh.

Và ta ngồi đối ẩm một mình:

A, mình ta đối ẩm
Tình ơi ngộ quá đi
Sầu khua và lệ đẫm
Não nề cõi biệt ly.

"*Lung linh tình đầu*" – thơ Phương Tấn bàng bạc những đau thương chất ngất, quyện lẫn những lãng mạn tình tự ngây thơ, pha chế nhiều màu sắc đậm nhạt như một bức tranh thủy mạc, biến thái nhiều hình thể như những cụm mây trắng trên nền trời xanh biếc, cảm xúc lúc thì nhẹ nhàng như cánh bướm đậu trên hoa, giọt mưa rơi xuống lá, lúc thì sôi nổi, cuồng nhiệt như biển xô sóng vỡ.

Từ Dung
(Tháng 5/2020)

(*) **Nhà văn, ca sĩ Từ Dung** (Từ Công Phụng), ái nữ nhà văn Hoàng Đạo (Tự Lực Văn Đoàn), tác giả tự truyện "Hồi Tưởng" NXB Nhân Ảnh 2020.

GIỮ MÃI MỘT ĐỜI

Trong thời gian thực hiện tập thơ "LUNG LINH TÌNH ĐẦU", tôi đã trích 12/68 bài thơ trong tập thơ đăng trên một số trang mạng và tạp chí Văn học Nghệ thuật trong và ngoài nước. Tôi đã nhận được khá nhiều cảm nhận và chia sẻ hết sức chân tình của quý anh chị và các bạn từ nhà văn, nhà thơ, nhà giáo, họa sĩ, điêu khắc, dịch giả đến bạn đọc.

Tôi xin chọn in một số cảm nhận và chia sẻ tiêu biểu của quý anh chị và các bạn trong tập thơ này. Chân thành biết ơn và giữ mãi một đời.

Phạm Ngọc Lư * Khắc Minh * Hạ Đình Thao * Nguyễn Dương Quang * Xuân Thao * Nguyễn Tôn Nghiêm * Lưu Như Hải * Ngọc Liên * Đynh Trầm Ca * Phan Ni Tấn * Nguyễn Đại Hoàng * Thiếu Khanh * Hoàng Xuân Sơn * Nguyễn Đăng Trình

* Trần Thoại Nguyên * Phạm Văn Hạng * Nguyễn Công Minh * Lê Nho Quế Sơn * Lưu Xông Pha * Nguyễn Nhã Tiên * Hư Vô * Khôi Vũ * Tôn Nữ Thu Dung * Cao Bá Minh * Tạ Linh * Từ Dung * Phạm Mỹ Lộc * Nguyễn Xuân Dương * Tiểu Nguyệt * Hoàng Kim Oanh * Vương Hồng Anh * Nguyễn Thị Ánh Quỳnh * Dung Thị Vân * Nguyễn Vũ Sinh * Dục Tú Đào * Quy Hồng * Bùi Mỹ Dung * Vo Vi Nguyen * Hùng Kiều * Đặng Di * Trần Thị Cổ Tích * Lê Thị Ngọc Sương * Hằng Ngô * Hoàng Hoa Thương * Trương Văn Bảo * Quyền Cao Nhất * Kim Vui * Nguyễn Thị Thanh Vân * Kim Thái Quỳnh * Trần Quang * Loan Phương * Phan Nguyên * Lê Chung * Kiều Huệ * Nguyễn Thị Mỹ Hạnh * Zulu DC * Nguyễn Vũ Đình Dương * Ngọc Bội * Nguyễn Thu Thủy * Leann Le * Hương Phan * Thị Mỹ Dung Tạ * Lê T Hoàng Anh * Hảo Tố * Nguyễn Thị Phúc An * Phương Nguyên * Nguyễn Phong * Nhiên Hạ * Kim Vân * Quốc Trần * Huệ Nguyễn * Tinh Doãn Trương * Đồng Ngọc * Trần Ái Châu * Alien Nguyen * Hạc Hoàng...

1.
ĐÊM SÀI GÒN CHẠM BÓNG THU PHAI

* GS NGUYỄN ĐẠI HOÀNG
  (Chủ bút tạp chí Sun Flower)

"…Ở bài thơ *"Chờ Đến Thiên Thu Một Bóng Người"*, ngôn từ thơ như được bước ra từ rượu quý trăm năm, từng chữ từng câu chuếnh choáng lòng người viết và người đọc! Phải "say" như thế mới viết nổi những dòng thơ vừa huyền ảo mơ hồ vừa sống động cụ thể như thế.

Thí dụ, hãy xem khổ thơ thứ 1:

Chiều xuống sâu buông tiếng thở dài
Đêm Sài Gòn chạm bóng thu phai
Có cô gái nọ ngồi hong tóc
Ngỡ gió lùa mây xõa xuống vai.

Hai câu đầu thì ta cứ ngỡ ta là chiều, để BUÔNG tiếng thở dài. Và ta cũng là đêm Sài Gòn để CHẠM bóng thu phai! Chữ "chạm" tôi nghĩ nhà thơ phải trải một đời phong sương tuế nguyệt mới tìm được!

Hai câu sau, cô gái nọ là ai thế? Là mỹ nhân ngư? Hay người mà ta còn đợi cả thiên thu?

Ngỡ gió lùa mây xõa xuống vai

Từ LÙA, và XÕA - gợi cảm hàm súc đến lạ lùng!"

(Trích bài viết 'Đêm Sài Gòn Chạm Bóng Thu Phai" cảm nhận về thơ Phương Tấn của GS Nguyễn Đại Hoàng)

* Nhà giáo LÊ CHUNG

Tuyệt! Đã từ lâu rồi, tôi rất muốn tìm hiểu về nhà thơ Phương Tấn, nhưng chưa làm được, hôm nay gặp được một bài viết của thầy Nguyễn Đại Hoàng về nhà thơ mà tôi yêu mến, và lại được đọc những lời bình tuyệt diệu của thầy Hoàng về một bài thơ hay của nhà thơ, làm cho tôi rất xúc động, và càng thêm yêu quý nhà thơ Phương Tấn hơn nữa.

* Nhà thơ, nhà văn NGUYỄN CÔNG MINH

Đọc xong! Mới hiểu sâu sắc hơn. Có một người, một đời, miệt mài nhuộm thơ lên tóc trắng.

Một hiền sĩ mang Thi đạo và bầu rượu ngao du trên chữ nghĩa. Tôi quý anh Phương Tấn, đúng như vậy, vì đức tính khiêm tốn rất hiếm hoi của một Thi Văn sĩ hàng đầu Việt Nam.

2.
Ở HUẾ NHỚ PHƯƠNG

* Nhà giáo, dịch giả LƯU NHƯ HẢI (+)

Phương Tấn từ thập niên 1960 cho tới bây giờ sáng tác nhiều bài thơ làm rung động lòng người nhưng chỉ một bài *"Ở Huế Nhớ Phương"* cũng đã đủ để làng Thi Ca ngợi khen Phương Tấn với cùng lời thân thương như với Felix Arvers.

Tôi sẽ bị gán nhãn là "Anh em trong nhà khen nhau" khi nói: "Nước Pháp có bài Sonnet của Alexis Felix Arvers mà Khái Hưng chuyển ý thành bài "Tình Tuyệt Vọng" thì Việt Nam ta cũng có bài thơ *"Ở Huế Nhớ Phương"* của Phương Tấn.

* Nhà thơ HẠ ĐÌNH THAO (+)

"Ở Huế Nhớ Phương" - Bài thơ này tôi đã đọc trước năm 1975, không nhớ là Phương Tấn đăng ở

đâu… Cảm xúc xa xưa ấy cũng như bây giờ… quá hay! Tôi nghĩ chỉ cần một bài thơ như thế này cũng đủ đưa Phương Tấn vào cõi thi ca muôn thuở.

* Nhà giáo, TS HOÀNG KIM OANH

"Ở Huế Nhớ Phương" - Đắm say và tình tứ nhưng buồn như một hoài vọng. Cách sử dụng ngôn ngữ rất tuyệt. Nhiều hình ảnh liên tưởng so sánh triền miên như tình sầu không dứt, như dòng nhớ đang dâng dồn dập ngút ngàn… Những bổ ngữ gọi như từ tiềm thức… Một loạt từ "Sao" đầu câu cũng có tác dụng lay động cảm xúc người đọc.

Bài thơ day dứt cắt cứa tâm can mà âu yếm ngọt ngào biết bao! Tôi thích nhất từ khổ thơ *"Phương nghe đó trời thu lên lành lạnh, lòng cũng vàng theo lá ở trên cây, vui cũng bay theo gió ở trong ngày, một chút lệ thêm chút buồn vừa chín…."* đến hết bài.

* Nhà thơ NGUYỄN ĐĂNG TRÌNH

"Ở Huế Nhớ Phương" - Cứ như là thiên tình sử Phương Tấn à! Yêu như Phương Tấn mới là yêu! Da diết không thể da diết hơn như rứa mà thơ không hay mới lạ!

* Bạn đọc LÊ THỊ NGỌC SƯƠNG

"*Ở Huế Nhớ Phương*" - Nghe ngọt ngào mê say nhưng lắng đọng cái chất ngất của chàng trai 20 tuổi mới vừa biết yêu. "*Ở Huế Nhớ Phương*" như một bản tình ca réo rắt những đoản khúc chảy dài trên thân nuột nà của người mình yêu, mà mỗi khổ thơ là một sự gợi cảm quá tha thiết, nồng nàn. Tôi đọc mà thấy cả một bức tranh sống động tình cảm mà tác giả dành cho Phương từ ánh ban mai cho đến chiều hôm. Tôi chỉ muốn thốt lên: - Yêu đến thế là cùng!

* Nhà thơ NGUYỄN THỊ ÁNH HUỲNH
(Chiec La Tren Canh)

"*Ở Huế Nhớ Phương*" - Đọc đã ghê! Tôi thích bài này, vì nó tình, nó sương mơ, nó mướt và run rẩy lắm... "*Ở Huế Nhớ Phương*" hay vô cùng, từ hình ảnh, lời đến cái tình ý nhị trong đó... Thuở ấy mà viết như thế là rất hiện đại!

Từng chữ từng câu mới, lạ - đã làm bài thơ dâng lên đầy cảm xúc. Áo não mà ngọt ngào! Những hình ảnh nguyên khôi tinh khiết cứ như run rẩy trong thơ... Đọc rồi mà những hình ảnh cứ trở đi trở lại trong lòng! Thơ Phương Tấn phóng khoáng và mê đắm! Hay lắm nhà thơ!

* Nhà thơ KHẮC MINH (+)

Tay cầm lược là lụa ở trên mây,
Mắt là ngọc ở trong thu vừa trổ.

"Ở Huế Nhớ Phương" - Đã đọc nhiều lần nhưng vẫn cảm nhận thơ rất thơ Phương Tấn ơi!

* Nhà thơ PHẠM NGỌC LƯ (+)

"Ở Huế Nhớ Phương" - Ôi, một thời lãng mạng vàng son đã tuyệt tích, may còn những bài thơ như thế này lưu dấu – Thơ Thái Thị Yến Phương, bút danh của Phương Tấn thời đó.

* Nhà thơ TRẦN THOẠI NGUYÊN

"Ở Huế Nhớ Phương" - Tuổi mới lớn đã nở rộ tài hoa! Những vần thơ tình rất riêng của Phương Tấn!

* Nhà thơ LÊ NHO QUẾ SƠN

"Ở Huế Nhớ Phương" - Quá hay, câu chữ rất lạ!

Tuyệt diệu nỗi tình!

*Nhà thơ, dịch giả THIẾU KHANH

"Ở Huế Nhớ Phương" - Bài thơ hay quá! Bây giờ mình mới được đọc đây... Đọc đi đọc lại nhiều lần vẫn thấy bài thơ không cũ.

*Nhà thơ LƯU XÔNG PHA

Tài thơ Phương Tấn đã sớm hiển lộ từ những năm đầu thập niên sáu mươi lúc anh chưa đầy hai mươi tuổi, tôi rất ấn tượng với những bài thơ anh đăng báo lúc đó. Có một bài mà lâu ngày tôi đã quên mất nội dung chỉ nhớ tựa là: *"Hoa Vàng Trổ Muộn"*, không biết anh Phương Tấn còn giữ được không?

"Ở Huế Nhớ Phương" - Giọng thơ Phương Tấn không lẫn vào đâu được.

*Nhà thơ, nhạc sĩ NGUYỄN DƯƠNG QUANG (+)

"Ở Huế Nhớ Phương" - Đọc bài thơ tình này của Phương Tấn nghe sóng vỗ tận núi cao. Khúc nhạc tình ngọt lịm.

* Bạn đọc ĐẶNG DI

Thiệt chẳng dám khen thơ anh Phương Tấn! Lúc nào đọc cũng thấy hay, lạ!

Ngậm chút gió chừng có hơi Phương thở
Phương là sương hay sóng vỗ trong anh.

Sao hay lạ vậy! Nói thế đã là nhiều!

* Nhà văn HÙNG KIỀU

"Ở Huế Nhớ Phương" - thơ hay và tứ lạ! Nói về ngôn ngữ thơ. Mỗi người có một vốn từ ngữ riêng, không thể so sánh. Thơ hay không phải là dùng nhiều từ chải chuốt, bóng bẩy mà hay ở cái tứ đầy chất ẩn dụ.

* Bạn đọc NGỌC LIÊN (+)

Ngọc Liên tin rằng mình đủ khả năng cảm nhận thơ, và Ngọc Liên gọi anh Phương Tấn là nhà thơ. Vì theo em, thơ sau này gần như giống một lối mòn theo chân các nhà thơ xưa nào đấy. Thơ anh là kỳ hoa dị thảo đẹp trong vườn thơ xưa và nay. Khen, nhưng hiểu được hết nét riêng thơ Phương Tấn không nhiều người đâu. Ngọc Liên được là cô em nhỏ ngưỡng mộ thơ anh là quý lắm rồi. Biết mình không thể là học trò - học nổi phong cách thơ anh. Chúc anh Phương Tấn an lành và thơ hay còn được đọc mãi *"Ở Huế Nhớ Phương"*.

3.
PHƯƠNG ƠI, NHỮNG NGÀY TRỐN HỌC

* Nhà thơ TRẦN THỊ CỔ TÍCH

"Phương Ơi, Những Ngày Trốn Học" - Đôi môi mạ non, môi cay mùi đất đỏ, buồn hơn chiều sâu đêm sâu... những hình dung thật lạ. Hình như ở tuổi đôi mươi những tâm hồn thơ bẩm sinh thường có những câu thơ, những bài thơ hay, lạ, đôi khi xuất thần.

* Nhà thơ BÙI MỸ DUNG

"Phương Ơi, Những Ngày Trốn Học" - Một mối tình trong vắt thánh thiện. Chỉ có thể là tình yêu của những ngày xưa... Cái ngày xưa yêu nhau mà chẳng dám cầm tay... yêu nhau mà chẳng dám nhìn vào mắt nhau... Bài thơ thiệt dễ thương cho lòng ai xao động. Thơ Phương Tấn luôn khiến người đọc

phải mơ theo từng câu chữ. Thơ ngây mà da diết. Nồng nàn mà ngại ngần.

4.
NGỒI GIỮA RUỘNG NGẮM TRĂNG, NHẮP TRÀ NHỚ PHƯƠNG

* Bạn đọc TRẦN QUANG

> Trăng khẽ đậu lao xao đầu mép lúa
> Thu trổ vàng xao xuyến một trời quê
> Bìm bịp kêu:
>   - gánh lúa dắt trâu về
> Cây trở gió và đất trời trở giấc.

Chỉ mới đọc bốn câu đầu, cháu đã cảm nhận như hồn quê mới vừa tỉnh giấc sau giấc ngủ dài, một làn gió mát đâu đó mang hương thơm của lúa đến bên đời nghe xao xuyến lạ!

* Nhà thơ HẠ ĐÌNH THAO (+)

> Ôi chao thương, thương lạ ở nơi nầy
> Guốc ai khuất mà hồn ai còn gõ...

Hay quá Phương Tấn!

5.
RU PHƯƠNG, PHƯƠNG NGỦ ĐI THÔI

* Bạn đọc NGỌC BỘI

Đọc thơ Phương Tấn, nếu không có một ly coffee, một ấm trà và nếu có một người bạn cảm thụ thơ một cách độc đáo nữa thì những vần thơ của Phương Tấn khó mà chuyển tải đến bạn đọc những ẩn ý của tác giả như hai câu:

Một xuân tình lạc trong cơm
Đũa so chiếc hẹn chiếc thơm da người.

Tôi trích trong bài *"Ru Phương, Phương Ngủ Đi Thôi"* thì khó mà nhìn ra được cái hay, cái ẩn ý trong từng câu thơ, đặc biệt là thơ tình, tác giả chơi "ác" với bạn đọc thật.

Hai chiếc đũa được tác giả thổi lên nghe rất tình tự, lời ước hẹn, ngầm ướm như Anh đã mơ về Em từ lâu lắm rồi. Không có chiếc đũa này thì chiếc đũa kia nằm chơ vơ rồi có đâu mà thơm mùi hạnh phúc.

Hay là:

Ô hay lệ nép bên người
Có xin chỉ mỗi giọt cười cũng không.

Để ý chút chúng ta thấy tác giả cố tình lượn lờ nhưng không dấu đi niềm hạnh phúc ngẩn ngơ khi thốt lên rằng:

Ô hay lệ nép bên người

Một câu hỏi nhưng không có dấu chấm hỏi (?) cho dù là ô hay ơ hay hiểu một cách nào khác thì cũng là một điều rất khẳng khái, tinh tế mà tác giả khéo dùng chữ NÉP nên thật là đẹp, hình ảnh này ai trong chúng ta cũng đã từng khắc khoải, ta thấy tác giả hỏi mà như mơ, thôi thì cứ cho là cả hai đi tác giả nhé, cho đời lung linh.

Dỗ dành, ngon ngọt... những mong nhỏ một giọt cười cũng không, tác giả dùng chữ GIỌT rất hay mà người đọc để ý sẽ thấy ẩn ý đối chữ rất độc đáo. Thật tuyệt anh Phương Tấn! Những câu thơ chạm vào đời thường.

* Bạn đọc VOVI NGUYEN

VVN ở Pháp mới mười lăm năm. Hôm nay

tình cờ đọc 5 bài thơ tình của anh viết cho Phương thật dễ thương được đông đảo bạn đọc yêu quý, làm VVN như sống lại tuổi học trò với những kỉ niệm của ngày xưa ấy. VVN vẫn nhớ ngôi nhà của Phương mà VVN đã đến ở đó mười lăm ngày, những buổi chiều cùng Phương đi dạo trên lối đi nhỏ men theo cánh đồng đầy hoa bướm để nghe bạn ấy kể về một người... thường viết về bạn ấy với đôi chân trần trên đất. Và bao giờ cũng với đôi mắt long lanh và nụ cười chúm chím khi bạn ấy nhắc đến tên người ấy.

Ngôi nhà ấy đúng là nằm gần con đường đất đỏ, VVN vẫn nhớ như in. Qua câu chuyện kể của Phương thì hình ảnh đôi chân trần ấy đã ghi dấu ấn trong lòng VVN, một hình ảnh rất đỗi ngây thơ mộc mạc của một cô bé chân quê vùng ngoại ô (ngày ấy). Đến nỗi thuở ấy đôi khi VVN cũng bắt chước đi chân trần không giày dép để tìm cảm giác thoải mái.

Và cũng chính dấu ấn ấy mà hôm nay trên Facebook, VVN mới phát hiện ra mối dây mật thiết của anh Phương Tấn với cô bạn thuở xa xưa... Nhà thơ Phương Tấn thật diễm phúc vì nhờ Phương - cô bạn của Vo Vi Nguyen, anh mới có đến "5 bài thơ tình" thật dễ thương được đông đảo bạn đọc yêu quý.

* VOVI NGUYEN thân mến,

"... những buổi chiều cùng Phương đi dạo trên lối đi nhỏ men theo cánh đồng đầy hoa bướm để nghe bạn ấy kể về một người... thường viết về bạn ấy với đôi chân trần trên đất. Và bao giờ cũng với đôi mắt long lanh và nụ cười chúm chím khi bạn ấy nhắc đến tên người ấy..."

Những dòng tâm sự của VoVi Nguyen đã giúp Phương Tấn nhớ lại là mình còn bài thơ *"Cô Bé Bắt Bọ Rầy Và Đi Chân Đất"* viết cho Phương, đẹp như chuyện cổ tích trên tạp chí *"Thời Nay"* xưa thật là xưa. Nay muốn có phải lục tìm trong các thư viện, các tủ sách của anh chị em văn nghệ trước 1975. Khi có, Phương Tấn sẽ xin báo ngay cho VoVi Nguyen.

6.
HÃY VUI NHƯ TÌNH ĐẰNG

* Bạn đọc NGUYỄN THỊ MỸ HẠNH

Giờ chỉ còn dư âm tiếng hát, thật xúc động! Thương tiếc nhạc sĩ Trần Quang Lộc đã về cõi an lành! Em cám ơn anh Phương Tấn - một nhà thơ tài hoa, luôn nặng tình nghĩa với bạn bè! Tình bạn dành cho nhau, thật đẹp, thật trân trọng... Vẫn biết, vô thường ở cõi nhân gian, lúc nào cũng buồn phải không anh! Nhưng rồi chúng ta cũng phải bước tiếp với cuộc sống ngoài kia, như mặt trời vẫn mọc mỗi ngày.

Buổi sáng, thật bình yên, với tách cà phê, nghe đi, nghe lại nhiều lần bản nhạc *"Hãy Vui Như Tình Đẳng."* Hay quá anh Phương Tấn ạ!

* Bạn đọc TRẦN HỮU CHÂU

"Hãy Vui Như Tình Đẳng" - Thế mới biết cuộc đời còn những thứ đáng trân quý hơn vàng và kim cương. Thế mới hiểu có những thứ vượt qua cả thời gian và không gian. *"Hãy Vui Như Tình Đẳng"* mãi là sự tương hợp đến tuyệt vời của Tình Bạn. Là *"Lệ ngậm bóng chim soi"* như lời tự tình đầy nước mắt của *"Bộ Ba"* trước bao biển dâu của cuộc đời. Xin gửi lời trân quý đến Tình Bạn cao đẹp của quý anh Phương Tấn, Đynh Trầm Ca, Trần Quang Lộc!

* Nhà thơ DUNG THỊ VÂN

"Hãy Vui Như Tình Đẳng" - Bản nhạc được nhà thơ Phương Tấn post lên Facebook 2 lần. Trong hai lần, tôi nghe với hai nỗi niềm khác nhau. Lần này

nghe nhạc sĩ Trần Quang Lộc hát tôi đau và khóc mắt rưng rưng. Nỗi niềm đau, tôi cũng như nhà thơ Phương Tấn, mãnh liệt tuôn trào. Đau lắm. Bởi chưa một lần được gặp để nói tiếng cám ơn ngoài đời với tấm lòng nhạc sĩ đã phổ nhạc cho cả tôi nữa. Nhà thơ Phương Tấn hân hạnh được nhạc sĩ phổ nhiều thơ và hát nhiều lần. Và khác hơn nữa, lần này là nhạc sĩ Trần Quang Lộc hát một bản nhạc do chính nhạc sĩ Đynh Trầm Ca phổ nhạc *"Hãy Vui Như Tình Đằng"* của anh Phương Tấn.

Gai hồng chích lệ khô
Mưa hoài không bến đỗ
Gai hồng vuốt ngực xanh
Hồn lạnh những không ngờ.
(Phương Tấn)

Bốn câu thơ giờ như ứng với người nhạc sĩ hát tặng. *"Gai hồng chích lệ khô."* Đúng là cho đến hôm nay mới có hơn tuần lễ mà trái tim chúng tôi thương nhớ về anh cũng đã khô theo lời thơ. Và *"Hồn lạnh những không ngờ."* Ôi thơ như những lời tiên tri để giờ đây chỉ còn là nỗi thương tiếc người đã đi xa mãi về bên kia bờ vĩnh tận.

Lệ ngậm bóng chim soi

Mắc giữa cành bông máu
Hồn ngậm bóng trăng soi
Mắc giữa cành bông máu
Buồn hoài những mưa mai
Mắc giữa cành bông máu.
(Phương Tấn)

Những câu thơ của Phương Tấn giờ đây như bầm gan nát ruột theo tiếng hát ngân rung của nhạc sĩ Trần Quang Lộc. Mừng vì anh Phương Tấn có bản nhạc phổ thơ hay của anh. Buồn vì nghe một giọng ca của một người nhạc sĩ đã giã từ chúng ta đi mãi mãi không về...

Nghe bản nhạc để nhớ thương người nhạc sĩ mà *"Lệ ứa ra hai hàng"* như một bản nhạc xưa nào mà tôi đã quên tên. Kỷ niệm cho dù có lấy đi của chúng ta nhiều giọt nước mắt nhưng đó vẫn là những kỷ niệm khắc ghi mãi trong tâm.

Dung Thị Vân xin chúc mừng nhà thơ Phương Tấn lần nữa vì đã có bài thơ hay *"Hãy Vui Như Tình Đẳng"* do nhạc sĩ Đynh Trầm Ca phổ nhạc với tiếng hát của nhạc sĩ Trần Quang Lộc. Một kết hợp nghiễm nhiên vẹn toàn cho cả ba người nghệ sĩ tài hoa.

* PHƯƠNG TẤN ghi:

Nhà thơ Dung Thị Vân - người đã đoạt giải thơ từ năm lớp 10 và được nhà trường của Dung Thị Vân tặng thưởng tập thơ *"Khổ Lụy"* của Phương Tấn. Trải qua 50 năm từ một cô bé lớp 10 xa xưa ấy, nay cô bé đã là nhà thơ quen tên trong làng văn nghệ cả nước và hải ngoại. Đặc biệt, nhà thơ Dung Thị Vân vẫn cất giữ tập thơ *"Khổ Lụy"*. Mới đây, nhà thơ Dung Thị Vân đã trao lại tập thơ *"Khổ Lụy"* cho Phương Tấn. 5 bài thơ tình của Phương Tấn cũng đã được trích từ tập thơ *"Khổ Lụy"*. Thật vui mừng gửi đến quý anh chị và các bạn của Phương Tấn hôm nay. Biết nói sao cho hết lòng biết ơn và sự quý trọng của tôi dành cho cô bé lớp 10 ngày xưa ấy, nay đã là nhà thơ Dung Thị Vân với 11 tập thơ văn đã xuất bản và gần 100 bài thơ được các nhạc sĩ quen tên phổ nhạc.

* Nhà thơ BÙI MỸ DUNG

Một bản nhạc với giai điệu nhẹ nhàng mênh mang và sâu lắng. Một lời ca da diết truyền cảm như đang hát cho chính nỗi lòng mình. Một bài thơ với ngôn từ xót xa và rất đắng. Và trong tận cùng nỗi xót xa đắng ngắt ấy tôi đã nếm được vị ngọt của tình yêu. Một thứ vị ngọt mà người ta chỉ có thể có được khi đã trải qua nỗi đau thương mất mát.

Biết nói gì đây khi đọc rồi nghe bản nhạc trong một đêm mưa buồn. Lòng tôi chùng xuống nghe nỗi đau cứ thấm dần vào từng ngóc ngách của trái tim. Những vần thơ tựa như lưỡi dao rất ngọt cứ nhẹ nhàng cứa lên từng cảm xúc tôi.

* Nhạc sĩ NGUYỄN THU THỦY

"Hãy Vui Như Tình Đắng" - Thật xúc cảm anh Phương Tấn ạ. Em xin chia sẻ nỗi buồn cùng các tiền bối đáng kính trước sự ra đi của nhạc sĩ Trần Quang Lộc. Mong ngày được gặp anh Phương Tấn.

* Bạn đọc NGUYỄN THỊ MINH HẰNG

Trước hết là bài thơ *"Hãy Vui Như Tình Đắng"* sâu lắng với nhiều hình ảnh sắc cạnh, được âm nhạc và giọng ca chắp cánh, bay vào lòng sâu thăm thẳm. Nhạc sĩ Trần Quang Lộc cất giọng trong tình cảnh đang trở bệnh, khiến cảm xúc dâng lên một nỗi ngậm ngùi...

* Bạn đọc THỦY NGUYÊN

Bài thơ thể hiện nghệ thuật sử dụng từ ngữ

đáng nể, nội dung như cành gai đâm nhói vào trái tim. Tình đắng làm sao vui! Cảm ơn nhà thơ Phương Tấn về bài thơ *"Hãy Vui Như Tình Đắng"* rất độc đáo.

* Nhà thơ KIỀU HUỆ

Lệ ngậm bóng trăng soi
Mắc giữa cành bông máu
Hồn ngậm bóng trăng soi
Mắc giữa cành bông máu...

Giọng ca da diết từng ngôn từ của cố nhạc sĩ Trần Quang Lộc đã len lỏi vào từng tế bào máu, nghe đau nhói tâm tư... Thật lòng tôi bối rối theo từng tiết tấu âm nhạc, đắng chát một cuộc tình đã được thi sĩ, nhạc sĩ và ca sĩ đồng cảm qua tuyệt phẩm *"Hãy Vui Như Tình Đắng"* không còn lời nào diễn tả.

7.
CHỜ ĐẾN THIÊN THU MỘT BÓNG NGƯỜI

* Bạn đọc THU HOÀI

Mình, kẻ lạc loài giữa gió Đông.

Và như pho tượng bên triền núi
Chờ đến thiên thu một bóng người...

Bài thơ đọc đi, đọc lại... hay ơi là hay... Lâu lâu đọc lại bài thơ, nghe lại ca khúc, cảm xúc vẫn như cũ, len len vào tim, và ở đó. Sâu lắng quá!

* Nhà thơ TÔN NỮ THU DUNG

Thơ hay quá anh Phương Tấn.

Nhất là được đọc trong những cơn gió Santa Ana cuồng loạn. Em bỏ bài ni vô Tuyển tập "Tương Tri" kỷ niệm 5 năm nghen anh.

* Nhà thơ NGUYỄN NHÃ TIÊN

Đừng nói nhạc chắp cánh cho thơ bay lên nghe tội thơ quá. Tự thơ thi sĩ Phương Tấn bằng âm thanh và ngôn từ của mình đã bay lên, đã neo đậu vào tâm hồn mọi người rồi. Còn nhạc, thì đấy là cái duyên hội ngộ thôi. Công bằng mà nói, nếu Phạm Duy không phổ một số bài thơ của một số tác giả, thì có lẽ người ta còn xa lạ với một số tên tuổi nhà thơ. Nhưng trường hợp Phương Tấn lại khác. Đôi chân thi sĩ đã bước đi vạn dặm tự bao giờ.

* Nhà văn KHÔI VŨ

Bài thơ và bài hát "đẹp" quá!

* Bạn đọc TRẦN THỊ CHÂU

"Chiều xuống sâu buông tiếng thở dài…"

Câu mở đầu đã cảm nhận được nỗi niềm của tác giả. Cuộc đời đâu có gì tồn tại, chỉ có tình yêu là bất diệt. Tình yêu mất đi ta sẽ đau khổ suốt đời... Đọc xong bài thơ tôi cảm thấy lòng bùi ngùi xúc động mà thương cho nhân vật trong thơ...

* Bạn đọc HẠC HOÀNG

"Chờ Đến Thiên Thu Một Bóng Người" - bài thơ với ý tưởng độc đáo. Đưa người đọc đi vào câu chuyện một cách nhẹ nhàng, tự nhiên. Chính sự hoài niệm, đã đem đến cho con người một sức sống mầu nhiệm. Thanh xuân sẽ còn mãi với người, khi sống với trái tim tràn đầy yêu thương.

* Nhà thơ HƯ VÔ

Những hình ảnh trong thơ thật đẹp, mơ màng

mộng mị... Nỗi nhớ đã biến tác giả thành pho tượng suốt gió núi căm căm, gây nhiều cảm xúc ngỡ ngàng... Dòng nhạc thật hay bay bổng âm vang réo gọi...

Có lẽ đã bị ấn tượng về giọng ca nên khi nghe mình ngỡ một tình khúc giữa không gian núi rừng Việt Bắc chớ không phải bối cảnh Sài Gòn.

* Bạn đọc LEANN LE

Mình đọc thơ Phương Tấn từ nhiều năm nay. Mình đã mua *"Lục Bát Phương Tấn"* qua Amazon. Tập thơ này là một trong những sách gối đầu giường của mình. Xin cảm ơn Phương Tấn đã chia sẻ *"Chờ Đến Thiên Thu Một Bóng Người"* nhạc và thơ rất hay, mình cũng *"Sóng cuộn đời sông, sông bạc phếch"* nhưng khi đọc thơ Phương Tấn thì *"Ô hay, mình cứ tuổi hai mươi"*.

*Nhà thơ BÙI MỸ DUNG

"Chờ Đến Thiên Thu Một Bóng Người" - Một bài thơ và một bản nhạc mà chỉ cần đọc tựa thôi đã muốn đọc tiếp, muốn mở ra nghe xem bài thơ được phổ nhạc ra sao. Và người đọc người nghe chắc chắn đã thấy thỏa mãn và hài lòng vì một bài thơ tình đẹp của nhà thơ Phương Tấn với giai điệu trầm buồn du dương của nhạc

sĩ Giao Tiên đã làm lòng người xao xuyến mơ màng.

*** Bạn đọc NHIÊN HẠ**

Thích lắm khổ thơ cuối. Cứ nghĩ mình vẫn ở tuổi hai mươi cho dù xuân có già, sông có rã nhánh và thời gian không bao giờ dừng lại:

Và như pho tượng bên triền núi
Chờ đến thiên thu một bóng người
Chờ đến xuân già sông rã nhánh
Ô hay mình cứ tuổi hai mươi.

8.
THƯƠNG CHI MÀ THƯƠNG QUÁ

*** Nhà thơ, nhà văn hóa HOÀNG HOA THUONG**

Thơ Phương Tấn thật hay. Mềm mại, ngây thơ, trong trắng. Càng đọc càng yêu thích Phương Tấn ơi! Đúng là lung linh tình đầu.

*** Nhà thơ HẠ ĐÌNH THAO (+)**

Thơ, nhạc và giọng ca rất đạt, rất hay Phương

Tấn!

* Nhà thơ KHẮC MINH (+)

Bài thơ được rất nhiều người khen ngợi mình chỉ biết chúc mừng thi sĩ Phương Tấn tiếp tục làm thơ tình lãng mạn và dễ thương nhé Phương Tấn!

* Nhà thơ HƯ VÔ

Bài thơ nho nhỏ, ngôn từ be bé, hình ảnh thương thương... Đúng chất liệu chân quê của nhà thơ Phương Tấn. Bạn đọc dễ thấy được cái lung linh, duyên dáng thơ ngây trong tình đầu. Đẹp, trong sáng và tình tứ làm sao!

* Bạn đọc KIM VÂN

Tình yêu quê hương thấm đẫm trong anh qua cách sử dụng địa phương ngữ thật hồn nhiên và gần gũi!

* Bạn đọc HẠC HOÀNG

Lời thơ anh dung dị mà mênh mang. Đem lại cho người đọc cảm xúc thênh thang, lồng lộng, khiến tâm hồn chấp cánh bay cao, tựa cánh diều trong chiều gió lộng ở quê nhà.

*** Nhà thơ TẠ LINH**

> *Gió se sẽ cúi hôn*
> *Thì thào thương luống mạ*
> *Tôi sè sẹ cúi hôn*
> *Thương chi mà thương quá!*

Bài thơ thật dễ thương. Mát rượi cả tâm hồn Phương Tấn ơi!

*** Bạn đọc LAI NGUYEN**

Đúng là *"Lung Linh Tình Đầu"* với những hình ảnh trong thơ gợi cảm nói lên tình yêu ban đầu rất hồn nhiên thơ ngây và chân chất trong cuộc sống ngày xưa.

*** Bạn đọc LEANN LE**

Cầu nguyện và chờ đợi tác phẩm của Phương Tấn từ đầu năm 2021. Các con tôi tặng sách Mỹ đọc đã chán rồi. Mình vẫn đang chờ đợi tác phẩm của Phương Tấn. Chờ đón tin trên Amazon để mua *"Lung Linh Tình Đầu"* trong đó có in bài thơ *"Thương Chi Mà Thương Quá"* của Phương Tấn.

* Bạn đọc KIM THÁI QUỲNH

"Thương Chi Mà Thương Quá" - Bài thơ được viết thành âm điệu dân ca nghe mộc mạc, rộn ràng dễ thương quá anh Phương Tấn ơi. Thơ trong veo:

Nắng nghiêng nghiêng e ấp
Đường quê nghiêng bóng dừa
Em nghiêng về tôi mãi
Dập dềnh theo bóng trưa.

* Nhà thơ BÙI MỸ DUNG

Đúng là bài thơ quá đỗi dễ thương.

Giữa những bộn bề đảo điên của cuộc sống thì được đọc bài thơ này đã làm cho tâm hồn mọi người an vui trong trẻo lại. Bài thơ với rất nhiều từ láy khiến bài thơ trở nên nhẹ nhàng trong sáng và dễ thương đến lạ!

Phải chăng chỉ có:

Tình đầu mới có thể lung linh như thế.

Tình đầu sẽ luôn lung linh trong lòng mọi người.

Và, bài thơ đã được phổ nhạc theo dòng nhạc dân ca nam bộ kết hợp với chất giọng ngọt ngào mượt mà của ca sĩ đã tạo thành một ca khúc rất hay.

* Ca sĩ NGUYỄN VŨ ĐÌNH DƯƠNG

Đúng là *"Thương Chi Mà Thương Quá."* Một câu cảm của người Quảng bày tỏ nỗi niềm của mình. Thơ anh Phương Tấn và nhạc của nhạc sĩ Phan Ni Tấn quyện vào nhau thật mặn mà, hay quá! Âu cũng là cái duyên của thơ và nhạc.

* Nhà thơ NGUYỄN THỊ ÁNH HUỲNH
 (Chiec La Tren Canh)

Bài thơ thật trong trẻo, đẹp như tình yêu lúc ban mai! Lòng thi sĩ đã thương như thế, thì làm sao đời ghét bỏ được đây!

* Nhà thơ HƯ VÔ

Thường thường trong thơ anh Phương Tấn

trĩu nặng những đau thương mất mát về thân phận, quê hương và tuổi trẻ. Riêng bài thơ này thật thanh bình yên ả trong một vùng quê hoa bướm trữ tình, lời thơ đằm thắm, dịu dàng và đầy mật ngọt. Có con trâu, có đôi chim, có dòng sông và phiến mây lồng bóng...

Một cõi thơ dịu vợi trong tâm hồn thi sĩ Phương Tấn đã được lồng ghép qua điệu nhạc tài tình của nhạc sĩ Phan Ni Tấn cùng ê kíp hòa âm thành một dòng dân ca Phương Nam rung cảm lòng người.

* Ca sĩ, nhà văn TỪ DUNG:

Từ Dung vừa nghe ca khúc *"Thương Chi Mà Thương Quá"*. Từ giai điệu đến lời ca làm con tim Từ Dung trẻ lại như thuở 20. Rất chi là dễ thương! Rất chi là hồn nhiên, thơ ngây! Nhưng thú thật, giai điệu mang phong cách "Dân Ca Nam Bộ" không phải sở trường của Từ Dung nên không dám đi sâu để phân tích.

Nếu Phương Tấn thuận, Từ Dung xin phép gửi cho anh Michael Loc Pham. Anh ấy nghe sẽ phân tích sâu sắc hơn.

* Nhạc sĩ PHẠM MỸ LỘC

Tôi nghe rồi chị Từ Dung ạ. Nhạc và lời lẫn người hát đều biểu hiện được âm hưởng "Dân Ca Nam Bộ." Nói chung, tiết điệu rất mới hợp với trào lưu tuổi trẻ bây giờ.

* Nhà thơ DUNG THỊ VÂN

Bản nhạc thiệt hay và dễ thương trong ca từ. Nghe trong mùa xuân đầm ấm ngọt ngào và thấy lòng thật vui. Nhạc sĩ Phan Ni Tấn phổ thiệt hợp với lời thơ và giọng ca của ca sĩ Huỳnh Thanh Sang.

DTV chúc mừng nhà thơ Phương Tấn với bài thơ ngọt ngào lan tỏa. Ca từ thiệt đẹp trong mùa xuân, không nức nở đau thương như những bài thơ trước của Phương Tấn luôn mang nỗi buồn tự sự bi ai... mà DTV đã cảm nhận và đã in trong sách *"Cảm Nhận Văn Học 1 – Trăm Năm Kỷ Niệm gởi Tương Tư Chiều."*

* Bạn đọc TÔ HỒNG (+)

Đọc đi đọc lại. Đọc mãi vẫn thấy hay. Thơ chi mà dễ thương quá, thưa nhà thơ Phương Tấn!

* Nhà văn NGUYỄN CÔNG MINH

- Nhạc sĩ / Nhà thơ Phan Ni Tấn.
- Thi văn sĩ Phương Tấn

Bài hát phóng khoáng với giai điệu thanh tao của Phan Ni Tấn và lời thơ mượt mà trau chuốt của Phương Tấn đã là một món quà Xuân đầy ý nghĩa.

Lúc nào tôi cũng trân quý Phương Tấn và Phan Ni Tấn. Với Phan Ni Tấn, chúng tôi có một kỷ niệm đã 40 mươi năm, không thể quên được. Trong một bữa ăn rất khuya, do chị Ngô Vương Toại khoản đãi đặc sản bún Mộc. Trong đêm khuya khoắt đó, chúng tôi gồm có: Cố thi sĩ / hoạ sĩ Võ Đình, cố nhà báo chủ nhiệm Ngô Vương Toại, cố thi sĩ Giang Hữu Tuyên, nhà văn Nguyễn Ngọc Ngạn (chưa làm MC cho Thúy Nga) và thi sĩ Phan Ni Tấn.

Tất cả chúng tôi cùng lên một chiếc xe, để qua nhà ca nhạc sĩ rất trẻ rất đẹp Nguyệt Ánh lúc bấy giờ. Anh Võ Đình vì vừa mới bị ngựa đá trọng thương, đang chống nạn, nên không thể đi theo được. Chúng tôi đến nhà Nguyệt Ánh đúng 4 giờ sáng. Nhắc lại để NHỚ những người bạn thân đã ra đi...

* Bạn đọc PHẠM PHÚ ĐỨC

"*Thương Chi Mà Thương Quá*" nghe dễ thương thật. Đâu ngờ đây lại là từ một bài thơ của nhà thơ Phương Tấn được nhạc sĩ Phan Ni Tấn phổ nhạc. Mình quen ca sĩ Huỳnh Thanh Sang lâu lắm rồi. Khi được Sang cho nghe ca khúc này thì mình thích ngay vì giọng hát Nam bộ và trẻ trung của Sang rất thích hợp với giai điệu và ca từ.

9.
NHƯ MỘT SỚM MAI HỒNG

* Nhà thơ HƯ VÔ

Sớm mai nghe ca khúc thật hay, rộn ràng bay bổng. Vừa êm đềm vừa lãng mạn như một khúc dân ca. Ngôn từ ẩn dụ đầy tình ý trong một khung cảnh tươi vui và dân dã. Đúng là giấc mơ mà lại giữa một sớm mai hồng. Không phải giấc mộng mị mơ hồ mà giấc mơ lứa đôi đằm thắm trong khu vườn địa đàng giữa trần gian. Giọng ca truyền cảm đầy nhựa sống và ê kíp hòa nhạc trữ tình như vang vọng từng ngõ ngách tâm hồn người thưởng ngoạn hay phiêu bạt khắp nẻo trời xanh.

* Nhà thơ BÙI MỸ DUNG

Bản nhạc với giai điệu cùng giọng ca ngọt ngào và dễ thương khiến người nghe thấy tâm hồn nhẹ nhàng thư thái. Tôi nghe và đọc đi đọc lại bài thơ *Như Một Sớm Mai Hồng.* Đó là thói quen của tôi khi nghe nhạc. Tôi muốn tìm ý nghĩa trong nội dung bài thơ để cảm nhận cái mà người ta gọi là Hồn của bản nhạc được sâu hơn.

Và tôi đã tìm được gì trong *Như Một Sớm Mai Hồng.* Một bài thơ với đầy đủ cung bậc cảm xúc đan xen với những ngôn từ yêu thương đằm thắm cùng những niềm đau xót xa sâu thẳm khiến tim tôi cứ thắt lại với nỗi đau ngọt ngào này.

NHƯ một sớm mai hồng.

Có nghĩa MỘT SỚM MAI HỒNG còn chưa đến, còn ở một nơi nào đó mà có thể sẽ không đến chăng.

CÓ THẬT anh nằm mơ

Vâng có lẽ tác giả đã mơ nhưng không phải

NẰM MƠ. Có nghĩa là ông đã không mơ trong giấc ngủ mà là đang TỈNH MƠ.

Đây là một trạng thái không hề dễ chịu chút nào khi ta TỈNH mà phải MƠ. Vì những điều mà ta MƠ đó không bao giờ thành hiện thực. Dẫu những điều mà tác giả MƠ rất đời thường và rất đỗi yêu thương.

CÓ THẬT anh đà quên

Với một câu hỏi tác giả đã cho chúng ta câu trả lời rõ ràng.

Vâng ANH KHÔNG HỀ QUÊN.

Rằng trên đời còn có một người đàn ông rất quạnh hiu luôn đau đáu nhớ về một người thương yêu đã vĩnh viễn chia lìa.

CÓ THẬT anh vừa run

Vâng có lẽ ANH ĐÃ RUN thật khi HÔN vào đôi mắt buồn trong quá khứ. Nếu được HÔN THẬT thì có lẽ ANH đã không phải RUN như thế.

Một sự thật xót xa mà tác giả cứ muốn QUÊN đi mà không thể.

Để rồi trong trạng thái TỈNH tác giả cứ ru mình vào những giấc MƠ vô tận.

ANH đã mơ cả TRĂM BÚP HOA lót đường lưng khi người thương ngã xuống chứ không phải là đá sỏi vô tri làm đau đớn người thương và đau đớn trái tim ANH. Nỗi đau và cảm giác bất lực trước định mệnh trớ trêu chắc hẳn đã hằn sâu trong ký ức của tác giả khó nguôi quên.

Yêu quá đi chim phụng
Kêu sao cho nhớ hoài
Sao cho lòng không phai
Sao cho lòng không phai.

Một tâm trạng mâu thuẫn giằng xé trong lòng tác giả. Muốn nguôi ngoai nhưng lại luôn đào sâu vào nỗi nhớ. Luôn tôn thờ một tình yêu thuần khiết đến khôn nguôi. Và có lẽ cũng nhờ vào tình yêu sâu sắc này đã giúp tác giả mơ mãi về "MỘT SỚM MAI HỒNG" để có thể đi hết con đường đời nhiều chông gai dẫu ông luôn cảm thấy quạnh hiu cô độc giữa muôn người.

10.
CƯỜI NGHIÊNG NGỬA BÓNG

* Bạn đọc NGỌC LIÊN (+)

"Cười Nghiêng Ngửa Bóng" vẫn là dòng thơ rất riêng, vẫn là "thi phong" của anh Phương Tấn. Thơ đấy, vương như ý nhạc đấy, buồn đấy, trách đấy, mong đấy... nhưng như không cần câu trả lời của nàng thơ để hồn thơ mênh mang, để ngôn từ dìu nhau lang thang. Thơ không từ nhấn, không sáo ngữ, nhẹ trôi như rãi những đường tơ ngân nơi không gian - chiều nhẹ vương, không đau đáu không buồn sâu. Bài thơ rất... nhè nhẹ nỗi sầu... *"Sao... Sao... Sao"*... dịu dàng câu hỏi, dịu dàng nỗi chờ. Điệp câu, từ làm người đọc buồn vương, nhớ vẫn mà không đau. Cảm ơn tác giả đã tặng Ngọc Liên và bạn đọc bài thơ *"Cười Nghiêng Ngửa Bóng"* thật hay, một dòng thơ rất riêng của anh Phương Tấn... Đó chỉ là cảm xúc và cảm nhận riêng của Ngọc Liên.

* Bạn đọc LÊ T HOÀNG ANH

Mới 15 tuổi đã biết yêu chưa mà làm thơ hay đến như vậy. Thi tài "xuất thiếu niên!"

* Nhà giáo NGUYỄN THỊ THANH VÂN

"Cười Nghiêng Ngửa Bóng" - Cái tựa bài thơ vừa nghe qua đã thấy thật lạ rồi! Lời thơ nhẹ nhàng thật sâu lắng của nhà thơ Phương Tấn hòa với những nốt nhạc trầm trầm, bổng bổng vừa réo rắt vừa du dương của nhạc sĩ Giao Tiên đã len vào hồn tôi và những anh chị em yêu thơ, yêu nhạc lúc nào chẳng hay! Đã vậy, với giọng ca thiên phú ngọt ngào của ca sĩ Đinh Hội đã hay còn nghe hay hơn nữa...

"Cười Nghiêng Ngửa Bóng" thật đáng yêu và dễ thương làm sao!

* Bạn đọc LÊ THỊ NGỌC SƯƠNG

Lần đầu tôi gặp ''Phương'' trong bài thơ *"Ở Huế Nhớ Phương''* như một tình khúc réo rắt, chảy dài những cung bậc yêu thương, tha thiết, nồng nàn cũng thương thương nhớ nhớ cũng u buồn gợi nhớ khúc thời gian thì trong *"Cười Nghiêng Ngửa Bóng"* tôi bắt gặp một chàng trai si tình quay quắt nhớ Phương mà se sắt nỗi chơi vơi chất sầu vào đêm, buông một câu hỏi như một tiếng thở dài quăng vào đêm tối:

- *Sao Phương không về cho anh yên ngủ*

Câu hỏi được lập đi lập lại đến năm lần, rồi lạnh lẽo với chính câu hỏi của mình, rồi xoa dịu mình bằng một cái cười nghiêng ngả trong đêm trăng võ võ mong ngóng người con gái tên Phương.

Nếu để ý, ta sẽ thấy *"Ở Huế Nhớ Phương"* tác giả buồn:

"Buồn chi lạ, buồn không ai buồn hộ" thì ở bài thơ này tác giả chỉ có cười mà thôi nhưng cái cười ở đây như một sự ta thán cho chính mình hay tự ru mình bằng tiếng cười lượn lờ cười đến độ nghiêng ngửa, tôi chợt nghĩ lúc ấy tác giả có cho nhân vật của mình "say" không? Hay tự an ủi mà tìm vui với cái bóng của mình, vậy thì có lẽ là điên lắm rồi. Nhưng, không phải là điên mất ý thức mà điên trong cơn yêu thì có điên một lần cũng nên vì thế mà điên.

Ấy là tôi cảm xúc thế mà buột ra những suy nghĩ riêng mình và tôi cũng thán phục tác giả khi ấy mới 15 tuổi mà đã tư duy đến độ ấy thì thật quá tuyệt, đáng ngưỡng mộ!

* Nhà thơ LƯU XÔNG PHA

Bài thơ là những lời yêu thương ngọt ngào của một nhà thơ mà thi tài đã phát lộ từ khi còn rất trẻ!

* Bạn đọc LOAN PHƯƠNG

"Cười Nghiêng Ngữa Bóng" hay quá! Bài thơ thật dễ thương, nó đúng là dập dờn như những con sóng... tôi cảm thấy ngồ ngộ, đứa con trai mới 15 tuổi mà lại tài hoa quá. Chú bé lãng mạn một cách thật đáng phục!

Lời thơ dịu dàng ấm áp, điệu nhạc ngọt ngào du dương đi vào lòng người, giọng ca sĩ như rót mật vào tai.... Tuyệt!

* Bạn đọc HẢO TỐ

Bài thơ quá hay! Không biết dùng ngôn từ nào cho xứng để diễn tả mà chỉ biết cảm nhận... Xin ngưỡng mộ!

* Nhà thơ NGUYỄN VŨ SINH

Thơ hay da diết

Xem rồi đọc miết
Tình yêu diễm tuyệt
Mong sao bất diệt!

Bài thơ này tôi đã đọc đi đọc lại nhiều lần, thật phục anh Phương Tấn quá! Lời mượt mà, lay động lòng người đọc.

* Bạn đọc NGUYỄN THỊ PHÚC AN

Bài thơ rất hay, hay quá! Em đọc đến thuộc lòng. Ôi, 15 tuổi mà anh Phương Tấn đã làm được bài thơ hay như thế, thật bái phục!

* Bạn đọc PHƯƠNG NGUYỄN

Xin cám ơn anh Phương Tấn đã cho đọc lại bài thơ của một "chàng trai" mới 15 tuổi đã biết yêu đến dào dạt si mê để đêm xuống vẫn không ngủ được *"trở giấc thương hoài buồn hoài khôn nguôi."* Đây có lẽ là mối tình đầu của chàng trai đang ở tuổi dậy thì nên tình yêu mãnh liệt lắm, muốn "lùa" tất cả những gì tinh túy của vũ trụ tô điểm cho tình yêu của mình:

Anh lùa trăng sao lùa chim ca hát

*Lùa áo Phương bay lùa môi ngào ngạt
Rồi ngắt đêm sâu cài lên mắt Phương
Cho mắt Phương sầu, sầu xui nhớ anh.*

Hay quá!

Những khao khát yêu đương được một cậu bé 15 tuổi diễn đạt rất sâu sắc...

* Nhà thơ LÊ VĂN THÍ - XUÂN THAO (+)

Thi nhân không già, thơ không có tuổi. Thơ Phương Tấn hay, lúc nào cũng thấy hay!

* Bạn đọc CHÂN TRỜI TÍM

Thơ Phương Tấn trong thơ có nhạc, muốn đọc hoài... đọc mãi, cảm thấy như nghe ai hát bên tai. Hay, hay lắm nhà thơ!

* Bạn đọc TRIỀU NGUYỄN

Một anh chàng mới 15 tuổi, biết yêu, yêu say đắm và tuôn ra những vần thơ da diết, mãnh liệt, sâu sắc thì phải nói... đáng ngưỡng mộ, khâm phục. Một thi tài chân chính... vô vàn cảm phục anh Phương Tấn!

*** Nhà thơ HẰNG NGÔ**

Hay quá anh Phương Tấn ơi! Rất trữ tình! Nhắm mắt lại sẽ thấy dòng suối tình êm ái, nhạc khúc du dương, quên cả mọi sự chung quanh mình. Đâu cần nhạc. Nhạc đã mượt mà trong thơ Phương Tấn! Đọc hoài, đọc mãi vẫn say thơ của Phương Tấn.

*** Bạn đọc THỊ MỸ DUNG TẠ**

Ở tuổi 15 mà anh Phương Tấn đã có những cảm xúc quá tuyệt, những vần điệu thật lãng mạn hiếm có, thật đáng ngưỡng mộ!

11.
BÊN DÒNG SÔNG CHIÊM BAO

*** Nhạc sĩ ĐYNH TRẦM CA**

Anh Phương Tấn là một nhà thơ cùng thời với tôi ở Đà Nẵng. Tình cờ anh em lại gặp nhau ở Sàigòn trong những năm lưu lạc. Hồi đó, tôi cộng tác với trang Văn Nghệ của báo An Giang. Tôi hay lên Sàigòn để xin bài vở của anh em. Anh Phương

Tấn đã đưa cho tôi một bài viết về nhạc sĩ Trịnh Công Sơn cùng mấy bài thơ.

Trên một chuyến xe đò từ Sàigòn về lại Long Xuyên, tôi đã đọc thơ anh và giai điệu đã đến. Tôi đã phổ bài thơ *"Bên Dòng Sông Chiêm Bao"* của anh Phương Tấn.

Bài thơ này anh đã nói với tôi, anh đã viết ở bờ sông Lai Nghi thuộc Điện Bàn, Quảng Nam cách nhà tôi khoảng 3, 4 cây số. Bài hát mang tâm trạng đau buồn của một người mất một người...

(Trích trong youtube: "Nhạc sĩ Đynh Trầm Ca "Tác giả tác phẩm Bên Dòng Sông Chiêm Bao" do Nhà sản xuất Quang Quang thực hiện)

* Nhà thơ BÙI MỸ DUNG

"Bên Dòng Sông Chiêm Bao" - Ca khúc với lời buồn và giọng ca trầm ấm đủ để lòng người chùng lại. Với tiết tấu vừa phải không quá chậm để người nghe không cảm thấy bi lụy nhưng vẫn chuyển tải được nỗi buồn mênh mang trong từng lời ca tiếng nhạc.

Nàng hẹn nàng không đến.

Nếu không phải *"Bên Dòng Sông Chiêm Bao"* thì đây chỉ là cái hẹn rất bình thường mà người con gái thường hay lỡ hẹn vì vô vàn lý do.

Nhưng ở đây thì Chàng biết rõ Nàng không đến. Nàng mãi mãi không đến, nhưng Chàng vẫn ngồi chờ bên bến sông với ngút ngàn nhớ mong.

Nàng hẹn nàng không đến
Bầu trời thắp cơn giông
Chim bay chim bay mỏi
Tia chớp nhòe bến sông.

Vì Nàng không đến nên trời nổi cơn giông hay vì trời nổi cơn giông khiến Nàng đã đi mãi không về để cánh chim côi bay mỏi giữa bầu trời cùng nước mắt chàng nhòe nhoẹt, thương đau.

Chim bay chim bay mỏi
Tia chớp nhòe bến sông.

Mắt tôi nhòe đi theo tiếng ca và hình ảnh cô đơn của người đàn ông.

Mái chèo khua lặng lẽ
Người lái đò đăm chiêu

*Chiều lên, chiều lên khẽ
Tiếng mưa buồn, buồn thiu.*

Người đã buồn, cảnh vật càng buồn thêm. Xa xa, trên sông người lái đò một mình khua mái chèo lặng lẽ trong tiếng mưa buồn hắt hiu.

Chiều đã lên và chiều lên rất khẽ vì sợ kinh động đến tâm tư Chàng hay chính sự tĩnh lặng của Chàng đã khiến thời gian như ngừng trôi. Sự chờ đợi trong vô vọng khiến không gian và thời gian cũng nghẹn ngào đứng lại và nhỏ lệ xót thương.

*Một người ngồi vẫn ngồi
Mưa thì vẫn mưa thôi
Nàng hẹn nàng không đến
Con đò xuôi lẻ đôi.*

Nàng đã hẹn sao nàng không đến để người ngồi mãi trăm năm chìm sâu vào nỗi niềm thương nhớ khôn nguôi.

*Một người ngồi vẫn ngồi
Mưa rơi thì mưa thôi.*

Ừ thì mưa, ngàn giọt mưa, vạn giọt mưa cũng

không thể làm trôi đi nỗi nhớ thương trong lòng Chàng.

Nghe đến đây tôi bỗng nhớ đến ca khúc "Hòn Vọng Phu." Người đàn bà ôm con đứng chờ chồng rồi hóa đá đã làm nên một huyền thoại đi vào tâm trí của bao người.

Dẫu sao người đàn bà kia cũng hạnh phúc hơn người đàn ông trên bến sông này vì Nàng còn có một đứa con để có động lực mong chờ người ra sa trường quay trở về.

Cùng một nỗi nhớ mong da diết người mình yêu thương nhưng Chàng thì không thể hóa đá để ngàn đời lưu danh mà trái tim Chàng đã chết lặng chôn sâu một mối tình vào trong cô đơn khắc khoải.

Nàng hẹn nàng không đến
Con đò xuôi lẻ đôi.

Câu ca được lặp đi lặp lại với giai điệu trầm buồn nghẹn nghẹn khiến tâm trí tôi cũng trôi theo bóng con đò lẻ loi xuôi theo giòng nước trong đêm mưa gió.

Chim buồn chim không hót
Sông buồn sông xanh xao.

Vâng, còn cuộc tình nào buồn hơn khi nhân duyên còn đang nồng thắm. Ân ái còn đang mặn nồng thì bỗng đâu ngàn trùng chia xa. Người đi đã để lại bao dằng xé trong tâm can người ở lại. Người ra đi mang trong mình giọt máu đã tượng hình.

Người ở lại với đau thương chất ngất và nỗi nhớ ngút ngàn. Người ở lại chỉ còn biết tìm Nàng trong những cơn mơ. Những cơn mơ bỏng cháy một tình yêu vĩnh cửu, ngọt ngào.

Tình buồn tình thêm ngọt
Và như là chiêm bao.

Tôi cứ nghe đi nghe lại và từng giai điệu từng lời ca cứ len lỏi qua từng ngóc ngách cảm xúc trong tôi.

- Thương quá. Thương con đò lẻ đôi.
- Thương quá. Thương bến sông buồn với *"Một người ngồi vẫn ngồi."*
- Thương quá. Thương một cuộc tình đau thương mất mát, nhưng *"Tình buồn tình thêm ngọt...*

Và như là... chiêm bao."

Vâng, xin hãy cứ mãi mãi là chiêm bao.

(Trích bài viết "Vâng, Xin Cứ Mãi Là Chiêm Bao" của nhà thơ Bùi Mỹ Dung - 18 tháng 10/2021)

* Bạn đọc QUỐC TRẦN

Trong Youtube gửi cho anh Phương Tấn xem là ba anh em Dũng, Lân, Hải đang đắm mình trong ca khúc *"Bên Dòng Sông Chiêm Bao"* mà anh Phương Tấn gọi là nhóm nhạc *"Đường Phố Dũng-Lân-Hải Đà Nẵng."* Địa điểm này là quán Hoàng Lân, Vĩnh Điện gần nhà nhạc sĩ ĐTC. Anh em chơi thật hay và anh Hải đàn guitar là con trai quận trưởng Duy Xuyên trước 1975. Nếu mấy anh em được trình bày trong một phòng thu thì thật tuyệt, thưa anh Phương Tấn.

12.
BUỒN NHƯ TRĂNG NHỚ AI

* Nhà văn TIỂU NGUYỆT

Tình cờ đọc được bài thơ *"Buồn Như Trăng*

Nhớ Ai" của nhà thơ Phương Tấn. Bài thơ này đã được nhiều nhạc sĩ phổ thành ca khúc và nhiều ca sĩ đã trình bày. Tôi rất đồng cảm và yêu thích.

Tôi thích ngay, từ cái tựa, có lẽ, tôi tên Nguyệt (nghĩa là trăng), nhắc đến trăng là tôi có sự đồng cảm sâu sắc, nhạy bén chăng? Rồi khi tôi đọc hết bài thơ, từng câu, từng chữ, đã làm tôi xúc động vô cùng, nỗi buồn cứ day dứt, mênh mang, trong tôi, khôn nguôi.

Cuộc chia ly nào cũng khiến cho ta đau thương và mất mát, nhất là cuộc chia ly sinh tử. Người đi, thì đi mãi, biền biệt vào chốn mù xa, tít tắp. Người ở lại, với nỗi nhớ thương ngút ngàn, nhìn đâu cũng kỷ niệm. Năm tháng dù có đi qua, bao dâu bể đổi dời, cũng không thể nhạt nhòa nỗi buồn sinh ly, tử biệt nầy. Tôi nghĩ, nỗi buồn sẽ sâu lắng, day dứt hơn theo năm tháng, khi người ở lại khập khiễng bên đời.

Đò chờn vờn xa bến
Như ai chia tay ai
Bóng trăng khuya hiu hắt
Buồn như trăng nhớ ai.

Bóng trăng khuya mông mênh, hiu hắt, soi rọi

vào nỗi lòng kẻ ở lại, như đồng cảm với ai kia, nhớ thương ai. Nhà thơ Phương Tấn đã diễn tả cuộc chia ly chao ôi buồn, chao ôi ray rứt! Không chỉ đò chờ vờn xa bến, mà ai kia, cũng như ánh trăng trong, cũng chờ vờn nhớ thương ai? Trăng cũng biết buồn, biết nhớ thương? Tâm hồn thi nhân, rung cảm dạt dào về vẻ đẹp hiu hắt của ánh trăng khuya; và nỗi buồn của nhà thơ hòa vào ánh trăng, để cảm nhận hết cái đẹp, cái buồn, đang ngự trị trong tâm hồn mình.

Hai hàng cây ve vẩy
Ai giã từ ai đây
Con phố rêu đứng đấy
Buồn như phố đợi ai.

Những câu hỏi dồn dập, làm cho nỗi buồn chất ngất, da diết hơn. *"Ai giã từ ai đây?" "Buồn như phố đợi ai?"* ngôi thứ nhất là "Ai," ngôi thứ hai cũng là "Ai." Những chủ từ "Ai" lập đi, lập lại nhiều lần, càng làm cho tôi cảm nhận được "nỗi buồn" chất ngất đang tràn ngập trong tâm hồn tác giả. Hai hàng cây bên đường ve vẩy, con phố rêu phong đứng đấy, đợi chờ nhưng người đi đã biền biệt, vào cõi xa xăm, muôn trùng chia cách. Tôi nghĩ, dù con phố, hay ai kia, có đợi chờ, bao lâu đi nữa, cũng chỉ là chờ đợi, với hoài niệm ngút ngàn; phải chăng, đấy là nỗi thổn thức trong tâm hồn nhà thơ?

> *Tôi cứ như cỏ khô*
> *Em cứ như ngọn lửa*
> *Cháy theo dòng gió ngược*
> *Thổi từ thuở yêu em.*

Tình yêu đối với nhà thơ - *"anh cứ như cỏ khô, em cứ như ngọn lửa,"* cháy bùng lên theo dòng gió ngược, thổi dạt dào từ thuở hai người yêu nhau; thì phải biết, tình yêu đấy mãnh lực như thế nào? Tác giả đã ví "anh và em," những hình ảnh thật bình dị, giản đơn - cỏ khô, ngọn lửa; cho tôi cảm nhận được, tác giả là một người bình dị, gần gũi với đời sống.

> *Em là con chim trời*
> *Vút bay vào cõi phúc*
> *Tôi con chim côi cút*
> *Bay ngẩn ngơ bên đời.*

Cuối cùng, nhà thơ đã ví "em - như con chim trời," và tác giả ví mình là con chim còn lại, côi cút, ngẩn ngơ bên cuộc đời nầy. Tôi nhớ, có lần tôi đọc được bài thơ "Đôi Dép" của Nguyễn Trung Kiên; một bài thơ mà tôi rất thích. *"Hai mảnh đời thầm* lặng bước song song / Sẽ dừng lại khi chỉ còn một chiếc / Chỉ còn một là không còn gì hết."

Và tôi hiểu, con chim côi cút của nhà thơ Phương Tấn, bay ngẩn ngơ bên đời; như đôi dép của Nguyễn Trung Kiên vậy, chỉ còn một là không còn gì hết.

Xin chia sẻ cùng nhà thơ Phương Tấn, cảm nhận của Tiểu Nguyệt về nỗi buồn sâu lắng trong bài thơ *"Buồn Như Trăng Nhớ Ai"*.

Bên dòng sông Tắc, tháng 9/2021.

(Trích bài viết của nhà văn Tiểu Nguyệt: "Nỗi Buồn Trong 'Buồn Như Trăng Nhớ Ai' của nhà thơ Phương Tấn")

* Nhà thơ BÙI MỸ DUNG

Tình đầu trong vắt, mộng vừa sang
Ai gieo cung oán, biệt đôi đàng
Cánh chim lẻ bạn buồn hiu hắt
Lời thơ tiếng nhạc sầu mênh mang.

Xin chia sẻ cùng nhà thơ Phương Tấn và hai

nhạc sĩ đã làm nên một bản tình ca với giai điệu thiết tha khiến người nghe không khỏi xúc động bùi ngùi.

Và như nhà văn Tiểu Nguyệt đã viết: *"Chỉ còn một là không còn gì hết."*

Với tôi đây không phải là tâm trạng chung của mọi người mà là tâm trạng của những người mang nặng hai chữ thủy chung.

Là nhà thơ Phương Tấn. Là nhà văn Tiểu Nguyệt. Là tôi. Là những ai khi đọc bài thơ cùng lời bình mà nghe tim mình nhói đau. Mà nghe xót xa quặn thắt.

Cảm ơn nhà văn Tiểu Nguyệt đã cho người đọc cảm được sâu hơn tâm tình của nhà thơ Phương Tấn qua bài cảm nhận của chị.

* Nhà thơ DUNG THỊ VÂN

"Buồn Như trăng Nhớ Ai" hay và buồn. Ví như một nỗi buồn đeo đẳng, ám ảnh nhà thơ suốt một đời người.

Nhạc sĩ Phan Ni Tấn phổ nhạc tuyệt thật thêm

lời cảm nhận của nhà văn Tiểu Nguyệt viết về thơ Phương Tấn càng thu hút người nghe.

* Bạn đọc HUỆ NGUYỄN

Ôi thật tràn đầy cảm xúc khi nghe và đọc những lời ca và những lời bình về bài thơ *"Buồn Như Trăng Nhớ Ai"* của nhà thơ Phương Tấn cũng như những ý nhạc do nhạc sĩ Phan Ni Tấn cảm tác. Tôi nghe lòng ray rứt niềm đau của một thời đau thương mà mình cũng đã trải qua. Xin chia sẻ cùng anh Phương Tấn và cảm ơn nhạc sĩ Phan Ni Tấn và nhà văn Tiểu Nguyệt đã nói lên nỗi lòng của nhà thơ thật xúc động và chan chứa tình người.

* Nhà thơ HƯ VÔ

Thật là tuyệt vời. Nghe lại nhiều lần vẫn thấy mới mẻ, tinh khôi. Từ chất giọng trong trẻo của ca sĩ tới ca từ cuốn hút thính giả về một phương trời xa lạ vừa nên thơ vừa cảm xúc rưng rưng. Dòng nhạc thì rất độc đáo, và nhất là họa sĩ hoạt hình luôn khuấy động sự bình yên trong tâm thức người thưởng ngoạn nghệ thuật. Thật là một tác phẩm âm nhạc!

* Bạn đọc TỊNH DOÃN TRƯƠNG

Trăng nhớ núi trăng nghiêng về phía núi
Người nhớ ai cặm cụi giữa phồn hoa...
Con chim trời lỡ chút mưa qua
Cánh đã thôi bay lời kêu thương vọng mãi...

* Grand master TRƯƠNG VĂN BẢO

Kính anh Phương Tấn. Sau khi hoàn thành tác phẩm để đời: *"Những Người Mở Đường Đưa Võ Việt Ra Thế Giới,"* anh chuyển sang bước trên con đường này, thơ văn nhẹ nhàng, thanh thoát, đúng đạo, đúng đời, an nhiên tự tại. *"Buồn Như Trăng Nhớ Ai"* - Ca khúc thật hay thưa anh Phương Tấn!

* Nhà điêu khắc PHẠM VĂN HẠNG

Đã nghe thanh âm ngào ngạc, lời thơ trầm thống, lai láng tình. Chào thi sĩ Phương Tấn và nhạc sĩ Phan Ni Tấn quý mến.

* Bạn đọc ĐỒNG NGỌC

Hay lắm nhưng buồn lắm. Càng nghe càng

thấm! Cùng tâm trạng nên mỗi lần nghe muốn khóc!

*Nhà thơ ZULU DC

Lời thơ này đã là lời bài hát. Giai điệu êm ái, thiết tha, gần gũi với người sành nhạc.

*Bạn đọc TRẦN QUANG

Mỗi lần nghe bài hát này lòng con buồn lắm! Ca khúc chạm đến trái tim người nghe, quặn thắt!

*Bạn đọc KIM THÁI QUỲNH

Bài thơ dễ thương, lời thơ đẹp, âm nhạc nhẹ nhàng, sâu lắng thật tinh tế. Cảm ơn anh Phương Tấn và nhạc sĩ Phan Ni Tấn đã làm trái tim người nghe cũng thổn thức theo.

*Bạn đọc TUYẾT TÔ

Thơ hay và vô cùng cảm xúc. Đọc thơ anh tôi có chung một nỗi buồn mất mát, nó sẽ theo ta đến cuối cuộc đời này anh ạ. Rất trân quý nhà thơ Phương Tấn.

13.
TRĂNG NHỚ
(Buồn Như Trăng Nhớ Ai)

* Nhà thơ, nhạc sĩ NGUYỄN TÔN NGHIÊM (+)

Với tư cách một nhà thơ có lời khen ngợi bài thơ của Phương Tấn quá hay. Sử dụng guitar làm nhạc cụ chủ đạo là lựa chọn thông minh làm ca khúc quyến rũ lạ thường. Bài hát xứng đáng để diễn xướng trong các phòng trà sang trọng".

* Nhà thơ HOÀNG XUÂN SƠN
  (Sony Hoàng)

Chữ "Ai" luyến láy trùng điệp vang vọng như một chuỗi bi ai... Thơ hay, nhạc hay, người ca hay hoàn toàn thuyết phục. Cám ơn anh Phương Tấn và quý bạn đồng hành.

* Bạn đọc PHAN NGUYÊN

Thích ca sĩ Tâm Thư thể hiện bài ca này nhất, làm tâm hồn người nghe quyện sâu vào từng lời thơ tiếng nhạc và tưởng như mình đang ở một cõi xa xăm nào đó...

* Bạn đọc HƯƠNG PHAN

Anh Phương Tấn! Em nghe đi nghe lại biết bao lần rồi bài hát này. Nhưng sáng nay em nghe Tâm Thư hát, lại sửng sờ và xúc động đến nghẹn ngào. Từ trước đến giờ, với em Tâm Thư là người hát hay nhất ca khúc này và diễn đạt trọn vẹn ý thơ đẹp vời vợi của anh Phương Tấn.

* Bạn đọc LAN XUÂN

Trước đây tôi đã từng nghe tình khúc *"Bên Dòng Sông Chiêm Bao"* của anh Phương Tấn, bài hát thể hiện tình cảm rất hay làm cho tôi xúc động nhiều.

Hôm nay lại được nghe thêm tình khúc *"Trăng Nhớ"* một sáng tác mới của anh. Ôi! Sao quá hay, ca từ rõ ràng sâu lắng, kết hợp với đệm đàn guitar thật da diết tuyệt vời! Bài hát này rất xứng đáng để hát trong các hội diễn ca nhạc lớn...

* Nhà thơ, nhà văn NGUYỄN CÔNG MINH

Vài dòng ngắn:

Nhà thơ Phương Tấn, nhạc sĩ Lam Duy, ca sĩ

Tâm Thư. Tôi thật sự sững sờ và xúc động khi nghe lại từng câu từng chữ của bài hát. Lời thơ quá sức bi thảm, giai điệu và hòa âm rất phù hợp với nội dung của ngữ nghĩa, tiếng hát của ca sĩ Tâm Thư quả thật đúng giọng đúng người, hình ảnh video trang nhã đã làm buốt tim tôi, suốt buổi uống cà phê sáng nay.

Tôi cứ như cỏ khô.
Em cứ như ngọn lửa.
Cháy theo làn gió ngược.
Thổi từ thuở yêu em.

Chúc mừng các bạn đã làm việc kiên nhẫn để tặng cho đời "một bông hoa văn học" thật sự là mỹ miều. Tôi đã sang ca khúc này để nghe lại bài hát mỗi lần excerise. Càng nghe càng thấm. Có một bài trùng tựa *"Trăng Nhớ."* Hay nhưng không bằng bài nầy.

* Bạn đọc TRẦN ÁI CHÂU

"Tôi cứ như cỏ khô, em cứ như ngọn lửa." Cỏ khô và ngọn lửa ngược gió dù "ham muốn" nhau cỡ nào nhưng gió ngược nên cỏ khô và lửa không bùng cháy cùng nhau được. Tôi cảm nghĩ ý tưởng này hay, lạ và đẹp!

* Bạn đọc HẠC HOÀNG

Lời thơ hay, giai điệu đẹp, quyến rũ người nghe. Đặc biệt là hòa âm rất tốt, trong sáng, cùng tiếng hát mê hoặc, dìu người nghe vào cung bậc cảm xúc tràn đầy. Theo tôi, bài này nghe vừa ý nhất trong các bài cùng tên *"Trăng Nhớ."*

* Nhà báo DỤC TÚ ĐÀO

Đòng đòng trổ thơm như mùi con gái...
(Trong bài *Ngồi Giữa Ruộng Ngắm Trăng, Nhắp Trà, Nhớ Phương*)

Một câu thấy cả đồng xanh
Một câu thấy cả tình anh với nàng.

...
*Sao Phương không về cho anh ngủ yên
Hồn thôi xanh xao hồn ôm mộng hiền.*
(Trong bài *Cười Nghiêng Ngửa Bóng*)

Nhịp đôi, đa âm phù bình, thơ như lời tâm tình dấu "nhạc" êm đềm lãng đãng bên trong.

...

Tôi con chim côi cút
Bay ngẩn ngơ bên đời.
(Trong bài *Buồn Như Trăng Nhớ Ai*)

Phải! Trước tình yêu vĩnh cửu, ta chỉ là con chim côi cút. Từ "Ai" phiếm chỉ trong ngữ cảnh thơ này là cực gợi cảm. Giai điệu hay, ca từ đẹp tình lắm!

* Bạn đọc NGUYỄN PHONG

Bài thơ *"Buồn Như Trăng Nhớ Ai"* của Phương Tấn được Lam Duy phổ nhạc, thơ hay, nhạc cũng hay. Có một điều, theo quan điểm riêng của tôi, có lẽ không cần ghi là nhạc sĩ Lam Duy "phỏng theo" hoặc "phóng tác" thơ Phương Tấn. Vì tôi thấy bài *"Trăng Nhớ"* mà Lam Duy phổ nhạc, chỉ khác có ít từ, gần như nguyên tác vậy. Thơ phổ nhạc ở Việt Nam xưa nay, phổ nguyên văn y sì cũng có, đổi dăm ba từ cũng có, nhưng luôn thường ghi là thơ của... hoặc có kỹ hơn, thì ghi là ý thơ... chứ hình như chưa thấy ghi là "phỏng" hoặc "phỏng theo" cả. Hơn nữa, về tiểu thuyết, có nhiều người thích phóng tác như Hoàng Hải Thủy... Nhưng về thơ, chưa thấy ai mà "phỏng theo" hay "phóng tác" cả. Đó là ý kiến nông cạn của tôi.

* Nhà giáo QUY HỒNG

Bài thơ *"Buồn Như Trăng Nhớ Ai"* của thi sĩ Phương Tấn bàng bạc một nỗi buồn sâu kín, đến khổ thơ cuối thì cứ như bước từ cõi thật vào cõi mộng, một cõi mà thi sĩ không thể với tới được. Thơ đã hay mà nhạc còn đưa lời bay bổng. Nhạc sĩ Lam Duy đã khéo léo khi phổ nhạc thành *"Trăng Nhớ"* với điệu nhạc trong veo, rất hợp với lời thơ. Có thể nói đây là một ca khúc tao nhã. Giọng hát Tâm Thư thật quyến rũ, chuyên nghiệp, góp phần làm nên thành công của *"Trăng Nhớ."* Xin cảm ơn thi sĩ, nhạc sĩ và ca sĩ vì đã cho chúng ta nghe một bản nhạc quá hay!

14.
LUNG LINH TÌNH ĐẦU

* Bạn đọc NGỌC LIÊN (+)

Ngọc Liên tin rằng đủ khả năng cảm nhận thơ và Ngọc Liên gọi anh Phương Tấn là Nhà Thơ - vì theo em thơ sau này đều giống một lối mòn của Nhà Thơ xưa nào đấy. Nhưng thơ Anh là 'kỳ hoa dị thảo' đẹp trong vườn thơ xưa và nay. Khen nhưng hiểu được hết nét riêng thơ Anh không nhiều người đâu, Ngọc Liên được là cô em nhỏ ngưỡng mộ thơ Anh là quý lắm rồi. Biết mình không là học trò - học nổi phong cách thơ Anh. Chịu thua thôi. Trân trọng và quý chúc Anh Phương Tấn an lành và thơ hay còn được đọc mãi.

* Nhà thơ LÊ VĂN THÍ - XUÂN THAO (+)

Thơ tình tuổi 17, 18 của Phương Tấn thấm đẫm chất ngây thơ, đẹp quá và hay đáo để! Đúng là thi nhân không già, thơ không có tuổi.

* Nhà thơ QUYỀN CAO NHAT

Những bài thơ quá hay mà anh Phương Tấn viết lúc tôi vừa chập chững đến với thơ.

* Ca sĩ, nhà văn TỪ DUNG

Tình yêu của Phương Tấn sao mà nồng nàn và bao la thế! Thơ cho Phương thấm dần vào huyết quản lúc nào không hay biết! Rất xúc động!

* Nhà phê bình thơ NGUYỄN XUÂN DƯƠNG

Cá tính hay nói đúng hơn bản ngã thi ca của

Phương Tấn đã được xác lập từ lúc còn rất trẻ. Giọng thơ ông từ đó đến nay tôi tin không bao giờ lạc điệu với cảm xúc luôn tột đỉnh của sự thăng hoa và khi đó thơ ông mới vụt hiện tuôn trào. Ngôn ngữ vô cùng tinh tế và thật dịu dàng. Đặc biệt yếu tố hư ảo và phi lí cứ lấp đầy trong thơ ông. Chính hai yếu tố này đã tạo nên một thế giới thi ca của Phương Tấn luôn bập bùng khát vọng về tình yêu lứa đôi, tình yêu cõi người. Dù cõi người này còn lắm bão giông, còn nhiều đa đoan dâu bể.

* Nhà báo VƯƠNG HỒNG ANH
   (Kha Nguyen Chi)

Thơ Phương Tấn đã là những ca khúc về tình người. Tôi có đọc một số bài thơ của Phương Tấn, trong đó có những bài thơ mà tôi xin tạm gọi là Thơ năm chữ. Cảm nhận của cá nhân tôi là thơ của Phương Tấn giàu âm hưởng của nhạc. Mỗi bài thơ như một ca khúc mà dù chưa được phổ nhạc thì tự bài thơ đã có những tiết tấu của ca khúc. Mỗi câu thơ là một câu hát, là một tiểu khúc ca nhạc. Có thể nói rằng mỗi bài thơ của Phương Tấn là một ca khúc tạo ra những âm hưởng truyền cảm cho các nhạc sĩ chuyển thành nhạc phẩm, cảm tác từ thơ của nhà thơ tài hoa này.

* Nhà thơ KIM VUI

Thơ tình của nhà thơ Phương Tấn quá hay và lãng mạn. Bài nào tôi cũng thích. Mỗi chữ mỗi câu thật giản dị nhưng ý lạ từ hay, hình ảnh trong thơ thật đẹp. Tình yêu ngày ấy sao dễ thương quá, cảm xúc tràn đầy. Tôi vẫn thường ngẩn ngơ khi đọc xong các bài thơ tình của Phương Tấn!

* Bạn đọc NGUYỄN THỊ PHÚC AN

Thật tài hoa khi ở lứa tuổi 15, 16 mà anh đã cho ra đời những vần thơ hay và giàu cảm xúc đến vậy!

* Bạn đọc ALIEN NGUYEN

Thơ Phương Tấn hay lắm, đặc biệt ở những bài thơ 5 chữ, nó không bị gò bó ở luật thơ, nó là một lối thơ riêng của Phương Tấn, nhẹ nhàng, sâu lắng, tình cảm, thiết tha. Thơ đi nhẹ vào lòng ta, rồi lưu luyến ở đó mãi không rời. Đọc thơ lên mắt phải rưng lệ, cảm được, ngâm được... trong thơ đã có nhạc rồi.

* Họa sĩ CAO BÁ MINH

Phương Tấn đã sống trọn vẹn với tấm lòng yêu

quí những gì mình viết ra, gìn giữ một cách trang trọng, đàng hoàng.

NHÌN LẠI THỜI GIAN - *Tranh Đỗ Duy Tuấn.*

PHƯƠNG TẤN

Tên thật: Nguyễn Tấn Phương
Sinh năm 1946 tại Đà Nẵng.

* Các bút hiệu đã ký:
Phương Tấn, Nguyễn Tấn Phương, Hồ Tịch Tịnh, Thích Như Nghi, Người Thành Phố, NTP, Chị Ngọc Ngà, Phương Phương, Thái Thị Yến Phương...

*** Các báo đã cộng tác:**

Tuổi Xanh, Tuổi Ngọc, Tuổi Hoa, Tinh Hoa, Áo Trắng, Mây Hồng, Phượng Hồng, Thằng Bờm, Phổ Thông, Mai, Thời Nay, Bách Khoa, Văn, Văn Học, Dân Ta, Ngàn Khơi, Khởi Hành, Hồn Văn, Tiểu Thuyết Tuần San, Quật Khởi, Cấp Tiến, Văn Nghệ Tiền Phong, Phụ Nữ Diễn Đàn, Độc Lập, Đuốc Nhà Nam, Thế Hệ Trẻ, Ngôn Luận, Dân Chủ, Hòa Bình, Thế Đứng, Bạn, Bạn Trẻ, Công Luận, Thực Tế, Gió Mới, Kiến Thức Ngày Nay, Thể Thao, Thể Thao Ngày Nay, Văn Nghệ & Đời Sống, Điện Ảnh & Kịch Trường, Văn Tuyển, Văn Chương, Vận Động, Quán Văn, Cửu Long, Đối Thoại (Đại học Văn Khoa), Lý Tưởng (Không Quân), Mối Dây (Hướng Đạo), Thương yêu (Du Ca), Lập Trường, Sức Mạnh, Sóng, Sài Gòn Mới, Thư Quán Bản Thảo, Thế Giới Văn Học, Văn Hữu, Người Việt, Việt Báo, Việt Mỹ, Ngôn Ngữ, Ra Khơi, Chiến Sĩ Cộng Hòa...

Và các trang mạng: Newvietart, Núi Ấn Sông Trà, Vuôngchiếu, Saimonthidan, Thang-phai. blogspot, Học xá, Tuongtri, Banvannghe, Art2all. net, Dutule.com, Saigonocean, Vanchuongviet, Việt Luận Úc Châu, Văn Thơ Lạc Việt...

* Chủ bút các tạp chí:
1. Sau Lưng Các Người (1963)
2. Cùng Khổ (1968)
3. Ngôn Ngữ (1973)

* Tác phẩm đã xuất bản:
1. Rừng (thơ in chung 1963, tuyệt bản).
2. Vỡ (thơ in chung 1965, tuyệt bản).
3. Thơ Tình Của Một Thi Sĩ Việt Nam Trên Đất Mỹ (xuất bản tại Hoa Kỳ đầu năm 1970, tái bản tại Việt Nam cuối năm 1970, tuyệt bản).
4. Khổ Lụy (thơ 1971, tuyệt bản).
5. Trai Việt Gái Mỹ (ký sự 1972, tuyệt bản).
6. Hòa Bình Ta Mơ Thấy Em (bút ký 1972, tái bản 1974, tuyệt bản).
7. Di Bút Của Một Người Con Gái (thơ, bút hiệu Thái Thị Yến Phương xuất bản 2017, tái bản 2019).
8. Lục Bát Phương Tấn (thơ, 2018).
9. Lung Linh Tình Đầu (thơ, 2022).

*** Tác phẩm sẽ xuất bản:**
1. *Thơ Phương Tấn* - tuyển tập 1.
2. *Lục Bát Phương Tấn* (tái bản).
3. *Thưa Mẹ* (thơ).
4. *Vớt Bình Minh Trong Đêm* (thơ 5 chữ).
5. *Chết Sững Giữa Cơn Mơ* (thơ)
6. *Hòa Bình Ta Mơ Thấy Em* (bút ký xuất bản 1972, tái bản lần thứ nhất 1974)
7. *Đà Nẵng - Máu, Nước Mắt Và Tôi* (ký sự những ngày cuối tháng 3/1975 tại Đà Nẵng (đã đăng nhiều kỳ trên nhật báo Độc Lập đầu tháng 4/1975) + Trung úy Nguyễn Thành Trung - người dội bom Dinh Độc Lập là ai? (đã đăng trên nhật báo Độc Lập số ngày 10 tháng 4/1975).
8. *Những Kẻ Xa Lạ Bỗng Chốc Hóa Thân Quen* (bút ký)
9. *Những Ngọn Nến Trong Cõi Ta Bà* (bút ký).
10. *Phương Tấn - Bạn Văn, Báo chí & Dư luận.*

* Phương Tấn & Võ Thuật:
Trước 1975, đặc phái viên miền Trung bán nguyệt san *"Võ Thuật."* Sau năm 1975 trong ban chủ biên 2 tạp chí: *"Nghiên Cứu Võ Thuật"* & *"Tìm Hiểu Võ Thuật."*

* Chủ bút các tạp chí:
1. Ngôi Sao Võ Thuật (1999 đến 2010)
2. Sổ Tay Võ Thuật (1992 đến 2014)

* Tác phẩm võ thuật đã xuất bản:
1. Võ Sư, Đại Lực Sĩ Hà Châu - Phá Sơn Hồng Gia Quyền (1992).
2. Sáu Khuôn Mặt Võ Lâm Việt Nam (1992).
3. Wushu - Võ Thuật Trung Hoa Cổ điển & Hiện Đại (Với Grand master Nguyễn Lâm, 1994).
4. Quảng Nam Võ Đạo (Một bộ 2 cuốn, 1995).
5. Thái Cực Võ Đạo (1997)
6. Antoine Le Conte, Người Mang Theo Quê Hương - Antoine Le Conte, Celui Qui Porte Son Pays Dans Son Coeur (Việt – Pháp, 2008).
7. Những Người Mở Đường Đưa Võ Việt Ra Thế Giới - Pioneers Who Have Paved The Way For Vietnamese Martial Arts To The World. (Việt - Anh - Pháp, 2012, tái bản lần thứ nhất 2014).

* Tác phẩm võ thuật sẽ xuất bản:
1. *Tự Điển Võ Việt*

* Khởi xướng tại Việt Nam:
1. *The International Festival Of Vietnamese Traditional Martial Arts* (Liên Hoan Quốc Tế Võ Cổ Truyền Việt Nam).
2. *Hong Bang World Martial Arts Festival* (Đại hội Võ thuật Thế giới Hồng Bàng).

* Thơ Phương Tấn:

1. *"Thơ Tình Của Một Thi Sĩ Việt Nam Trên Đất Mỹ."* NXB Người Trẻ Việt Nam xuất bản tại Hoa Kỳ đầu năm 1970, tái bản tại Việt Nam cuối năm 1970. Lưu trữ tại "Cornell University Library, USA."
2. *"Nhân Chứng"* (150 tác giả hiện đại, Cơ sở XB Nhân Chứng 1967).
3. *"Thơ Miền Nam Trong Thời Chiến."* Bộ sách 2 cuốn do Thư Ấn Quán (Hoa Kỳ) xuất bản tại Hoa Kỳ năm 2009.
4. *"Văn Học Miền Nam 1954 - 1975."* Bộ sách 2 cuốn. Nhận định, Biên khảo, Thư tịch do nhà phê bình văn học Nguyễn Vy Khanh biên soạn, Toronto Nguyễn Publishings xuất bản năm 2016, tái bản năm 2018. Hệ thống Amazon phát hành toàn cầu.
5. *"Tác Giả Việt Nam – Vietnamese Authors."* Lê Bảo Hoàng sưu tập. Songvan Magazine xuất bản năm 2005, NXB Nhân Ảnh (Hoa Kỳ) tái bản lần thứ nhất năm 2006, tái bản lần thứ hai năm 2017, tái bản lần thứ ba năm 2020. Hệ thống Amazon phát hành toàn cầu.
6. *"Chân Dung Văn Nghệ Sĩ Việt."* Bộ sách 2 cuốn. Nhà phê bình văn học, nhà thơ Ngô Nguyên Nghiễm biên soạn và giới thiệu qua 15 bộ môn

văn học nghệ thuật Việt Nam. NXB Hội Nhà Văn xuất bản năm 2016 và 2018.

7. *"Chân Dung Bạn Văn."* Nhà thơ, nhạc sĩ Phan Ni Tấn biên soạn và giới thiệu qua Online.

8. *"Theo Gót Thơ."* Hà Khánh Quân tuyển chọn và giới thiệu. NXB Nhân Ảnh (Hoa Kỳ) xuất bản năm 2018. Hệ thống Amazon phát hành toàn cầu.

9. *"Hư Ảo Tôi."* Nhà thơ Tôn Nữ Thu Dung và Tạp chí văn học Tuong Tri (Hoa Kỳ) tuyển chọn và giới thiệu. NXB Tuong Tri xuất bản năm 2018.

10. *"Thơ Việt Đầu Thế Kỷ 21."* Nhà thơ Luân Hoán, nhà thơ Lê Hân, nhà văn - họa sĩ Khánh Trường tuyển chọn. NXB Nhân Ảnh (Hoa Kỳ) xuất năm 2019. Hệ thống Amazon phát hành toàn cầu.

11. *"43 Năm Văn Học Việt Nam Hải Ngoại."* Bộ sách gồm 7 cuốn do nhà phê bình văn học Nguyễn Vy Khanh, nhà thơ Luân Hoán, nhà văn - họa sĩ Khánh Trường thực hiện. NXB Mở Nguồn (Hoa Kỳ) xuất bản năm 2019. Hệ thống Amazon phát hành toàn cầu.

12. *"Những Vần Thơ Chạm Lửa."* Nhà phê bình, nhận định thơ Nguyễn Xuân Dương biên soạn và giới thiệu. NXB Đại học Thái Nguyên xuất bản năm 2019.

13. "Về Nhánh Sông Xưa." Nhà thơ Cao Thoại Châu tuyển chọn và giới thiệu. NXB Hội Nhà Văn xuất bản năm 2019.
14. "10 Nhà Thơ Việt." Chuyên đề "Suối Nguồn" do nhà phê bình văn học, nhà thơ Ngô Nguyên Nghiễm biên soạn và giới thiệu. NXB Hội Nhà Văn xuất năm 2019.
15. "Thơ Những Người Thua Cuộc - Poems of the losers." Nhà thơ Nguyễn Hữu Thời tuyển chọn và dịch thuật. NXB Sống (Hoa Kỳ) xuất bản năm 2019.
16. "Thơ Người Việt Ở Hải Ngoại." Nhà thơ Lý Phượng Liên và nhà thơ Nguyễn Nguyên Bảy tuyển chọn. NXB Hội Nhà Văn xuất bản năm 2019.
17. "Tình Nghĩa Mẹ Cha." NXB Nhân Ảnh (Hoa Kỳ) tuyển chọn và ấn hành năm 2020. Hệ thống Amazon phát hành toàn cầu.
18. "Nhà Thơ Nhà Văn Việt Giữa Thế Kỷ XX." Một bộ 3 cuốn do nhà phê bình văn học, nhà thơ Ngô Nguyên Nghiễm biên soạn và giới thiệu, NXB Hội Nhà Văn xuất bản năm 2020.
19. "Tình Ca Mùa Xuân." NXB Nhân Ảnh (Hoa Kỳ) tuyển chọn và xuất bản năm 2022.

MỤC LỤC

**I. PHƯƠNG TẤN
TRÒ CHUYỆN CÙNG BẠN** 7

II. THƠ
1. Lung linh tình đầu 11
2. Thư xanh 11
3. Nai vàng 12
4. Lọ Lem 12
5. Trước cổng trường 13
6. Tan trường 13
7. Nàng tiên 14
8. Bông hồng 14
9. Trên đường 15
10. Lẽo đẽo 15
11. Lãng mạn 16

12. Bỏ trường	16
13. Trong gương	17
14. Đổ vạ	21
15. Trúc mai	21
16. Thút thít	22
17. Chỏng chơ	22
18. O Xuân	23
19. Ở Huế nhớ Phương	27
20. Cười nghiêng ngửa bóng	30
21. Ngồi giữa ruộng ngắm trăng, nhắp trà, nhớ Phương	32
22. Phương ơi, những ngày trốn học	34
23. Ru Phương, Phương ngủ đi thôi	36
24. Vĩnh biệt trăng, ôi một nàng thục nữ	38
25. Như một sớm mai hồng	40
26. Một ngày ở biển Nam Ô với 3 mèo con	42
27. Lòng vòng	44
28. Thương chi mà thương quá	46
29. Chờ đến thiên thu một bóng người	48
30. Một ngày lang thang ở San Francisco nhớ Kym	50
31. Bướm hót	55
32. Bóng duyên	55
33. Vịn vai	56

34. Tương tư 56
35. Cõi mộng 57
36. Vẫn đợi 57
37. Tiếng xưa 58
38. Kêu thu 58
39. Dây oan 59
40. Hương Quỳnh 59
41. Nguyệt hoa 60
42. Tơ vương 60
43. Duyên tình 61
44. Mình ơi! 61
45. Quẩy tình 62
46. Tình cay 62
47. Bến khuya 63
48. Sầu tình 63
49. Đừng hỏi sao tôi khóc 67
50. Hãy vui như tình đắng 68
51. Theo cơn mưa giữa đời 70
52. Cơn mưa chiều úa vỡ 72
53. Lệ cười như trút lá 74
54. Người nói chuyện với mộ bia 75
55. Một trang kinh viết lại 76
56. Quảy gánh lên núi chơi 77
57. Bóng mình hiu hắt bên tôi 78

58. Uống rượu nói sàm 79
59. Một vì sao 80
60. Bên dòng sông chiêm bao 82
61. Buồn như trăng nhớ ai 84
62. Đùa giữa vườn u minh 86
63. Người ngày xửa ngày xưa 87
64. Ngày hẹn nhau ngày vĩnh biệt 88
65. Ngày vĩnh biệt ngày hẹn nhau 90
66. Ngó tâm thấy Phật chắt chiu cội tình 92
67. Lật trang kinh. Tụng chữ tình 94
68. Chuyện đời xưa,
       cô Tiên và chàng Thi sĩ 96

III. CẢM NHẬN & GIỮ MÃI MỘT ĐỜI
Lê Văn Trung * Tôn Nữ Thu Dung
* Từ Dung... 101

IV. TÁC GIẢ & TÁC PHẨM 191

V. MỤC LỤC 200

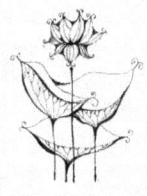

Liên Lạc Tác Giả
Phương Tấn
phuongtanlacdatuton@yahoo.com

Liên Lạc Nhà Xuất Bản
Nhân Ảnh
han.le3359@gmail.com

www.ingramcontent.com/pod-product-compliance
Lightning Source LLC
Chambersburg PA
CBHW070550010526
44118CB00012B/1282